INS

D0685130

VIETNAMESE

PHRASEBOOK & DICTIONARY

WITHDRAWN

Contacting the Editors

Every effort has been made to provide accurate information in this publication, but changes are inevitable. The publisher cannot be responsible for any resulting loss, inconvenience or injury. We would appreciate it if readers would call our attention to any errors or outdated information. We also welcome your suggestions; if you come across a relevant expression not in our phrase book, please contact us at: hello@insightguides.com

All Rights Reserved
© 2016 Apa Digital (CH) AG and Apa Publications (UK) Ltd.

First Edition: 2016
Printed in China

Cover & Interior Design: Pawel Pasternak
Production: AM Services
Production Manager: Vicky Glover
Cover Photo: all Shutterstock

Interior Photos: all Shutterstock

CONTENTS

INTRODUCTION

Pronunciation	7	Grammar	14
How to use the App	12		

GETTING STARTED

THE BASICS	**18**	NEED TO KNOW	26
NUMBERS	**18**	Border Control	27
NEED TO KNOW	18	**MONEY**	**28**
Ordinal Numbers	20	NEED TO KNOW	28
Time	21	At the Bank	29
NEED TO KNOW	21	**CONVERSATION**	**31**
Days	22	NEED TO KNOW	31
NEED TO KNOW	22	Language Difficulties	32
Dates	22	Making Friends	34
Months	23	Travel Talk	35
Seasons	24	Personal	36
Holidays	24	Work & School	38
ARRIVAL & DEPARTURE	**26**	Weather	39

EXPLORING

GETTING AROUND	**42**	Taxi	58
NEED TO KNOW	42	Bicycle & Motorbike	59
Tickets	43	Car Hire	60
Airport Transfer	46	Fuel Station	62
Checking In	47	Asking Directions	63
Luggage	50	Parking	65
Finding your Way	50	Breakdown & Repair	66
Train	51	Accidents	67
Departures	53	**PLACES TO STAY**	**68**
On Board	53	NEED TO KNOW	68
Bus	54	Somewhere to Stay	69
Metro	55	At the Hotel	70
Boat & Ferry	56	Price	73

Preferences	73
Questions	73
Problems	75
Checking Out	77
Renting	78
Domestic Items	80
At the Hostel	81
Going Camping	83
COMMUNICATIONS	**84**
NEED TO KNOW	84
Online	85

Social Media	88
Phone	89
Telephone Etiquette	91
Fax	93
Post	93
SIGHTSEEING	**95**
NEED TO KNOW	95
Tourist Information	95
On Tour	96
Seeing the Sights	97
Religious Sites	100

ACTIVITIES

SHOPPING	**104**
NEED TO KNOW	104
At the Shops	105
Ask an Assistant	107
Personal Preferences	109
Paying & Bargaining	110
Making a Complaint	112
Services	112
Hair & Beauty	114
Antiques	115
Clothing	116
Colors	117
Clothes & Accessories	119
Fabric	121
Shoes	122
Sizes	123

Newsagent & Tobacconist	124
Photography	125
Souvenirs	126
SPORT & LEISURE	**130**
NEED TO KNOW	130
Watching Sport	130
Playing Sport	132
At the Beach/Pool	133
Out in the Country	134
TRAVELING	
WITH CHILDREN	**137**
NEED TO KNOW	137
Out & About	138
Baby Essentials	139
Babysitting	140

HEALTH & SAFETY

EMERGENCIES	**144**
NEED TO KNOW	144
POLICE	**146**
NEED TO KNOW	146
Crime & Lost Property	146
HEALTH	**148**

NEED TO KNOW	148
Finding a Doctor	149
Symptoms	149
Conditions	151
Treatment	152
Hospital	152

Dentist	154	Basic Supplies	158
Gynecologist	154	Child Health	
Optician	155	& Emergency	159
Payment & Insurance	155	**DISABLED TRAVELERS**	**160**
PHARMACY	**156**	NEED TO KNOW	160
NEED TO KNOW	156	Asking for Assistance	161
What to Take	156		

FOOD & DRINK

EATING OUT	**164**	Meat & Poultry	182
NEED TO KNOW	164	Vegetables & Staples	185
Where to Eat	165	Fruit	188
Reservations		Dessert	190
& Preferences	166	Sauces & Condiments	191
How to Order	167	At the Market	192
Cooking Methods	170	In the Kitchen	195
Dietary Requirements	171	**DRINKS**	**197**
Dining With Children	172	NEED TO KNOW	197
How to Complain	173	Non-alcoholic Drinks	198
Paying	173	Aperitifs, Cocktails	
MEALS & COOKING	**175**	& Liqueurs	200
Breakfast	175	Beer	200
Appetizers	178	Wine	201
Soup	179	**ON THE MENU**	**203**
Fish & Seafood	180		

GOING OUT

GOING OUT	**216**	NEED TO KNOW	220
NEED TO KNOW	216	The Dating Game	220
Entertainment	217	Accepting & Rejecting	222
Nightlife	218	Getting Intimate	223
ROMANCE	**220**	Sexual Preferences	223

DICTIONARY

| **ENGLISH-VIETNAMESE 226** | **VIETNAMESE-ENGLISH 264** |

PRONUNCIATION

This section is designed to familiarize you with the sounds of Vietnamese through the use of our simplified phonetic transcription. You'll find the pronunciation of the Vietnamese sounds below, together with their 'imitated' equivalents. This system is used throughout the phrase book. Whenever you see a word spelled phonetically in the book, simply read the pronunciation as you would in English. Every syllable is pronounced with one of six tones (e.g. level, hanging, sharp, tumbling, asking and heavy). Vietnamese is a difficult language to speak due to these different tones.

TONES

There are 6 tones used in Vietnamese. It is critical to get the intonation right as different tones indicate different meanings.
Level tone, as in **ta** (I; we; let's): there is no tone marker for this; the voice stays at a pitch slightly above the normal pitch.
Sharp tone, as in **tá** (dozen): the pitch starts a little lower than at level tone before rising sharply.
Hanging tone, as in **tà** (evil spirit; bad): the pitch starts slightly lower than at level tone and then drops off.
Asking tone, as in **tả** (describe): the pitch starts at the same level as hanging tone. It dips initially and rises back to the starting pitch.
Tumbling tone, as in **tã** (diaper): At the beginning, the pitch starts a little above the hanging tone. It dips subsequently and then rises sharply to finish above the starting pitch.
Heavy tone, as in **tạ** (weight): the pitch starts at the same level as the hanging tone before dropping off immediately.
In most cases, the final consonant of the words bearing a heavy tone is almost inaudible. For example, **đẹp** can sound pretty much like '*deh*'. Put your lips in the position to say the final consonant, but stop short of actually pronouncing it.
Please note that this phrase book also contains the Vietnamese script; if your listener does not understand you, use the book to indicate what you are trying to say.

CONSONANTS

Vietnamese consonants are divided into two categories: **single consonants** and **combined consonants** (inclusive of some semi-consonants).

SINGLE CONSONANTS

Letter	Approximate Pronunciation	Example	Pronunciation
cb	like b in baby	**ba**	*ba*
c	like k in cuddle	**cô**	*ko*
d	like z in zombie	**dì**	*zi*
đ	like d in dog	**đảo**	*dao*
g	like g in go	**góa**	*gwa*
h	like h in hotel	**hoa**	*hwa*
k	like k in Pakistan	**kiến**	*ki-uhn*
l	like l in load	**liễu**	*li-yoh*
m	like m in mother	**mưa**	*mur-uh*
n	like n in north	**nắng**	*nag*
p*	like p in pool	**pa nô**	*pa no*
q*	like qu in query		
r	like r in rich	**răng**	*rag*
s	like sh in shoot	**sẵn sàng**	*shan shag*
t	like t in stand	**tin tưởng**	*tin tew-ug*
v	like v in very	**vui**	*vui*
x	like s in sea	**xong**	*sog*

* Usually, they are used in a form of combined consonants, going with h and u respectively.

COMBINED CONSONANTS

Letter	Approximate Pronunciation	Example	Pronunciation
ch	like ch in church	**chính**	*chin*
gh	like g in go	**ghế**	*ge*
kh	like the way the Scots say loch	**không**	*kog*
ng	like ng in song	**ngang**	*gag*
ngh	like ng in song	**nghi**	*gi*
nh	like ny in canyon	**nhanh**	*nan*
ph	like f in fill	**pha**	*fa*
th	like th in breath	**thanh thoát**	*tan twat*
tr	like tr in train	**trà**	*tra*
gi*	like j in jacket	**giảng viên**	*jag vi-uhn*
qu*	like qu in quite	**quản lý´**	*kwan li*

* Semi-consonant

VOWELS

Vietnamese vowels can be divided into three categories:
monophthongs (single vowels), **diphthongs** (double vowels), and
triphthongs (triple vowels). Combined with six tones, it makes
spelling a tough task for the beginner. Thus, only a few of the more
complex variations are given overleaf.
Don't forget that the phonetic system has been specifically designed
with the beginner in mind to make the pronunciation as easy as
possible.

MONOPHTHONG

Letter	Approximate Pronunciation	Example	Pronunciation
a	like a in father	cá	ka
ă	like a in jack	bắc	bak
â	like u in but	cân	kan
e	like e in red	xe	se
ê	like ay in say	mê sảng	mei sag
i*	like i in tin	mí mắt	mi mat
o	like o in cord	to	to
ô	like o in hello	tô veι	to ve
ơ	like u in fur	sợi tơ	sur-i tur
u	like oo in soon	tu hú	too hoo
ư	like oo in good	mừng rỡ	moorg rur
	spoken with an American accent or in a hasty manner (slang)		
y*	like i in sin	chửi ký´	choo ki

* Even natives find it a chore to distinguish the usage of
i and y. The position, the combination of the vowels and the
consonants determines the usage of i or y in a word.

DIPHTHONG

Letter	Approximate Pronunciation	Example	Pronunciation
ai	like ai in Saigon	mai	my
ao	like ao in Mao	cao	kao
au	like au in Tau	mau	ma-oo
âu	like o in oh	châu chấu	choh choh
ay	like ay in play	say	shay
eo	ah-ao	kéo	keh-ao
êu	ay-oo	mếu máo	may-oo mao
iê	i-uh	chiến thắng	chi-uhn tag

iu	like ew in few	**tiu nghìu**	*tew gew*
oa*	wa	**hoa**	*hwa*
oǎ	wa	**xoǎn**	*swan*
oe*	weh	**khỏe**	*kweh*
oi	like oy in boy	**coi**	*koi*
ôi	oi	**tôi**	*toi*
ơi	ur-i	**chơi**	*chur-i*
ua	like our in tour	**thua**	*too-a*
uâ	oo-uh	**tuẩn**	*too-uh*
uê	oo-ei	**hoa huệ**	*hwa hoo-ei*
uô	oor	**cuống**	*koorg*
uy*	oo-i	**uy tín**	*oo-i tin*
ưa	ur-a	**mưa**	*mur-a*
ươ	ew-ur	**sương**	*shew-urg*
ưu	ur-ew	**về hưu**	*ve hur-ew*

* Semi-vowel

TRIPHTHONG

Letter	Approximate Pronunciation	Example	Pronunciation
ươi	ew-ur-i	**tươi**	**tew-ur-i**
iêu	like ilk in milky	**tiêu cự**	**ti-yoh kur**
uyên*	oo-in	**nguyên**	**goo-in**
uyêt*	oo-yit	**tuyết**	**too-yit**

* The basic components are 'uyê' but the pronunciation can be different. This depends on the consonant it pairs off with. Here, only the two most common combinations are mentioned.

HOW TO USE THE APP

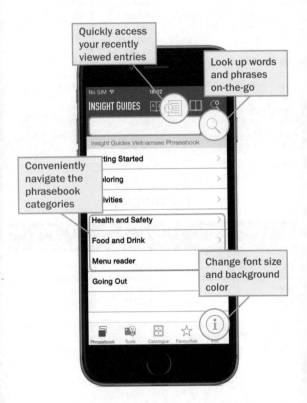

Quickly access your recently viewed entries

Look up words and phrases on-the-go

Conveniently navigate the phrasebook categories

Change font size and background color

Save the most useful everyday words and phrases to your Favorites

Use the Flash Cards Quiz to learn and memorize new words easily

Take all digital advantages of the app: listen to words and phrases pronounced by native speakers

To learn how to activate the app, see the inside back cover of this phrasebook.

GRAMMAR

REGULAR VERBS

Vietnamese verb forms are even more invariable than English ones, with no differences between the singular and plural forms.

Tôi học	I learn
bạn học	you learn (singular)
anh/co(ông/bà) ấy học	he/she learns
chúng tôi học	we learn
các bạn học	you learn (plural)
họ học	they learn

PAST TENSE

The prefix ëđãí is placed before the verb to show that the action has been completed.

Tôi ăn sáng mỗi ngày.	I eat breakfast everyday.
Hôm nay tôi đã ăn sáng.	I ate breakfast today.

FUTURE TENSE

The prefix 'seı' is placed before the verb.

Tôi học tiếng Việt.	I learn Vietnamese.
Năm sau tôi seı học.	Next year I'm going to learn Vietnamese.

NOUNS & ARTICLES

Vietnamese nouns have no articles (a, an, the) and no plural forms. Whether the noun is singular or plural is established by the context, the complement, or by a number modifying the noun.

Cho tôi một vé đến bảo tàng Hồ Chí Minh. *cho toi mot vé dén bảo tàng hò kí min*	I'd like a (one) ticket to the Ho Chi Minh museum.
Cho tôi ba vé đến bảo tàng Hồ Chí Minh. *cho toi ba vé dén bảo tàg hò kí min*	I'd like three tickets to the Ho Chi Minh museum.

NOUNS & ADJECTIVES

There are no articles (a, an, the) or singular or plural in Vietnamese. Whether the noun is singular or plural is judged from the context, or by a number modifying the noun. Unlike in English, nouns precede adjectives.

PRONOUNS

Personal pronouns (I/me, you, he/him, she/her, etc.) all have the same form. This rule holds true in either the subject sense or the object sense.

Tôi đã đưa vé cho anh ta. *toi dã dur-a vé cho an ta*	I gave the ticket to him.
Anh ta đã đưa vé cho tôi. *an ta dã dur-a vé cho toi*	He gave the ticket to me.

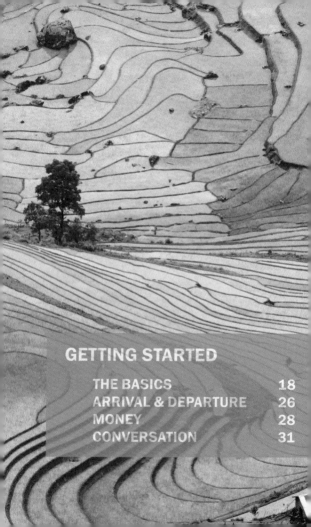

GETTING STARTED

THE BASICS	18
ARRIVAL & DEPARTURE	26
MONEY	28
CONVERSATION	31

THE BASICS

NUMBERS

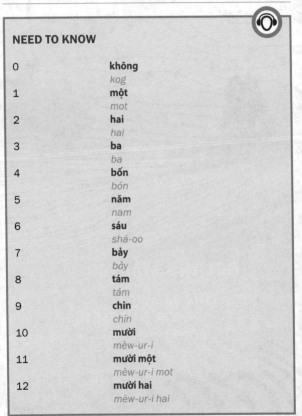

NEED TO KNOW

0	**không**	
	kog	
1	**một**	
	mot	
2	**hai**	
	hai	
3	**ba**	
	ba	
4	**bốn**	
	bón	
5	**năm**	
	nam	
6	**sáu**	
	shá-oo	
7	**bảy**	
	bảy	
8	**tám**	
	tám	
9	**chín**	
	chín	
10	**mười**	
	mèw-ur-i	
11	**mười một**	
	mèw-ur-i mot	
12	**mười hai**	
	mèw-ur-i hai	

13	**mười ba**
	mèw-ur-i ba
14	**mười bốn**
	mèw-ur-i bón
15	**mười lăm**
	mèw-ur-i lam
16	**mười sáu**
	mèw-ur-i shá-oo
17	**mười bảy**
	mèw-ur-i bảy
18	**mười tám**
	mèw-ur-i tám
19	**mười chín**
	mèw-ur-i chín
20	**hai mươi**
	hai mew-ur-i
21	**hai mốt**
	hai mót
22	**hai hai**
	hai hai
30	**ba mươi**
	ba mew-ur-i
31	**ba mốt**
	ba mót
40	**bốn mươi**
	bón mew-ur-i
50	**năm mươi**
	nam mew-ur-i
60	**sáu mươi**
	shá-oo mew-ur-i
70	**bảy mươi**
	bảy mew-ur-i

80	**tám mươi**
	tám mew-ur-i
90	**chín mươi**
	chín mew-ur-i
100	**một trăm**
	mot tram
101	**một trăm lẻ một**
	mot tram lẻ mot
200	**hai trăm**
	hai tram
500	**năm trăm**
	nam tram
1,000	**một nghìn**
	mot gin
10,000	**mười nghìn**
	mèw-ur-i gin
1,000,000	**một triệu**
	mot tri-yoh

ORDINAL NUMBERS

first	**thứ nhất**
	tóor nát
second	**thứ hai**
	tóor hai
third	**thứ ba**
	tóor ba
fourth	**thứ tư**
	tóor toor
fifth	**thứ năm**
	tóor nam
once	**một lần**
	mot làn

twice	**hai lần**
	hai làn
three times	**ba lần**
	ba là

TIME

What time is it?	**Bây giờ là mấy giờ?**
	bay jừr là máy jừr
It's midday.	**Giờ là giữa trưa.**
	jừr là jữr-a trur-a
At midnight.	**Lúc nửa đêm.**
	lóok nửr-a dem
From one o'clock to two o'clock.	**Từ một giờ đến hai giờ.**
	tòor mot jừr dén hai jừr
Five past three.	**Ba giờ năm.**
	ba jừr nam
A quarter to ten.	**Mười giờ kém mười lăm.**
	mèw-ur-i jừr kém mèw-ur-i lam
5:30 a.m./p.m.	**5:30 sáng/chiều.**
	nam jừr ba mew-ur-i sán/chì-yoh

DAYS

NEED TO KNOW

Monday	**thứ Hai**
	tóor hai
Tuesday	**thứ Ba**
	tóor ba
Wednesday	**thứ Tư**
	tóor toor
Thursday	**thứ Năm**
	tóor nam
Friday	**thứ Sáu**
	tóor shá-oo
Saturday	**thứ Bảy**
	tóor bảy
Sunday	**Chủ nhật**
	chỏo nat

DATES

yesterday	**hôm qua**
	hom kwa
today	**hôm nay**
	hom nay
tomorrow	**ngày mai**
	gày mai
day	**ngày**
	gày
week	**tuần**
	tòo-uhn
month	**tháng**
	tág
year	**năm**
	nam

MONTHS

January	**tháng Một/tháng Giêng**
	tág mot/tág ji-uhg
February	**tháng Hai**
	tág hai
March	**tháng Ba**
	tág ba
April	**tháng Tư**
	tág toor
May	**tháng Năm**
	tág nam
June	**tháng Sáu**
	tág shá-oo
July	**tháng Bảy**
	tág bảy
August	**tháng Tám**
	tág tám
September	**tháng Chín**
	tág chín
October	**tháng Mười**
	tág mèw-ur-i
November	**tháng Mười Một**

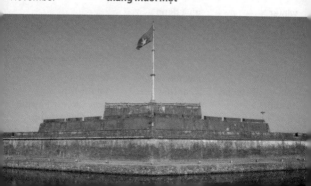

December	*tág mèw-ur-i mot* **tháng Mười Hai/tháng Chạp** *tág mèw-ur-i hai/tág chap*	

SEASONS

spring	**mùa xuân** *mòo-a soo-uhn*
summer	**mùa hè/mùa** *hạ mòo-a hè/moo-a ha*
fall [autumn]	**mùa thu** *mòo-a too*
winter	**mùa đông** *mòo-a dog*

HOLIDAYS

January 1	New Year's Day	**Tết Dương lịch**
January/February	Lunar New Year	**Tết Âm lịch**
March 3	Women's Day	**ngày Quốc tế Phụ nữ**
April 30	Winning Day	**ngày Chiến thắng**
May 1	Labor Day	**ngày Quốc tế Lao động**
June 1	Children's Day	**ngày Quốc tế Thiếu nhi**
September 2	Independence Day	**ngày Quốc Khánh**

October 6	Mid-Autumn Festival	**Tết Trung thu**
December 24-25	Christmas	**Giáng sinh**

> ⓘ Vietnam is officially atheist, although liberal religious worship is tolerated throughout the country. The most widely practiced religions are Buddhism, Islam, Catholicism and Protestantism. Buddhism found its way into Vietnam in the second century A.D. and became the most influential religion in Vietnam. Islam was introduced in the late 19th century. Followers of Protestantism and Catholicism are mainly concentrated in large cities. There are also some followers of Taoism.

ARRIVAL & DEPARTURE

NEED TO KNOW

I'm on vacation [holiday]/business.	**Tôi đến đây để nghỉ mát/kinh doanh.** *toi dén day dẻ gỉ mát/kin zwan*
I'm going to…	**Tôi đang đi…** *toi dag di…*
I'm staying at the … Hotel.	**Tôi đang ở tại Khách sạn…** *toi dag ử tai Kák shan…*

YOU MAY HEAR…

Xin cho xem hộ chiếu.
sin cho sem ho chí-yoh

Your passport, please.

Mục đích chuyến đi của bạn là gì?
mook dík chóo-in di kỏo-a ban là jì

What's the purpose of your visit?

Bạn ở tại đâu?
ban ử tai doh

Where are you staying?

Bạn ở lại bao lâu?
ban ử lai bao loh

How long are you staying?

Bạn ở lại với ai?
ban ử lai vúr-i ai

Who are you here with?

BORDER CONTROL

I'm just passing through.	**Tôi chỉ quá cảnh.** *toi chỉ kwá kản*
I'd like to declare…	**Tôi muốn khai…** *toi móorg kai…*
I have nothing to declare.	**Tôi không có gì cần khai.** *toi kog kó jì kàn kai*

YOU MAY HEAR…

Bạn có gì cần khai không?
bạn kó jì kàn kai kog
Bạn phải nộp thuế.
ban fải nop tóo-ei
Mở giỏ này ra.
mửr jỏ này ra

Anything to declare?
You must pay duty.
Open this bag.

YOU MAY SEE…

hải quan
hàng hóa miễn thuế
hàng hóa cần khai
không có gì cần khai

kiểm soát hộ chiếu
công an

customs
duty-free goods
goods to declare
nothing to declare
passport control
police

MONEY

NEED TO KNOW

Where's…?	**Ở đâu…?**
	ử doh…
the ATM	**ATM**
	a-tei-em
the bank	**ngân hàng**
	gan hàg
the currency exchange office	**phòng đổi tiền**
	fòg dỏi tì-uhn
When does the bank open/close?	**Ngân hàng mở/đóng cửa khi nào?**
	gan hàg mửr/dóg kửr-a ki nào
I'd like to change dollars/pounds into dong.	**Tôi muốn đổi đồng đôla/bảng Anh sang đồng Việt Nam.**
	toi móorn dỏi dòg dola/bảg an shag dòg vi-uht nam
I'd like to cash traveler's cheques.	**Tôi muốn lĩnh tiền mặt từ séc du lịch.**
	toi móorn lĩn tì-uhn mat tòor shék zoo lik

AT THE BANK

I'd like to change money/get a cash advance.	**Tôi muốn đổi tiền/lấy tiền mặt trước.** *toi móorn dỏi tì-uhn/láy tì-uhn mat tréw-urk*
What's the exchange rate/fee?	**Tỉ giá hối đoái là bao nhiêu?** *tỉ já hói dwái là bao ni-yoh*
I think there's a mistake.	**Tôi nghĩ có sự nhầm lẫn.** *toi nĩ kó shoor nàm lẫn*
I lost my traveler's cheques.	**Tôi làm mất séc du lịch của mình rồi.** *toi làm mát shék zoo lik kỏo-a mìn ròi*
My card…	**Thẻ của tôi…** *tẻ kỏo-a toi…*
was lost	**bị mất** *bi mát*
was stolen	**bị mất trộm** *bi mát trom*
doesn't work	**không hoạt động** *kog hwat dog*
The ATM ate my card.	**Máy rút tiền tự động đã nuốt thẻ của tôi.** *máy róot tì-uhn toor dog dã nóort tẻ kỏo-a toi*

For Numbers, see page 18.

At some banks, cash can be obtained from ATMs with Visa™, Eurocard™, American Express® and many other international cards. Instructions are often in English. Banks with a "Change" sign will exchange foreign currency. You can also change money at travel agencies and hotels, but the rate will not be as good. Remember to bring your passport when you want to change money. Outside of banking hours, money can be exchanged in hotels, stores selling gold or silver and firms that trade foreign currencies.

The currency in Vietnam is **Vietnam dong (VND)**.
Coins: 100, 200, 500, 1000 and 5000 **VND**.
Notes: 500, 1000, 2000, 5000, 10000, 20000, 50000, 100000, and 500000 **VND**.
In Ha Noi and Hue, banks are open from 8:30 a.m. to 3:30 p.m., and in Ho Chi Minh city, banks are open from 7:30 a.m. to 6:00 p.m., Monday to Saturday.

YOU MAY SEE...

nạp thẻ vào đây	insert card here
huỷ	cancel
xoá	clear
PIN	PIN
rút tiền	withdrawal
từ tài khoản tiền gửi [vãng lai]	from checking [current] account
từ tài khoản tiết kiệm	from savings account
hoá đơn	receipt

CONVERSATION

NEED TO KNOW

Hello!/Hì!	**Xin chào.**
	sin chao
How are you?	**Mọi việc thế nào?**
	moi vi-uhk té nào
Fine, thanks.	**Vẫn tốt, cám ơn.**
	vãn tót, kám urn
Excuse me!	**Xin chú ý!**
	sin chóo í
Do you speak English?	**Bạn nói tiếng Anh được không?**
	ban nói tí-uhg an dew-urk kog
What's your name?	**Tên bạn là gì?**
	ten ban là jì
My name is...	**Tên tôi là...**
	ten toi là...
Nice to meet you.	**Hân hạnh được gặp bạn.**
	han han dew-urk gap ban
Where are you from?	**Bạn từ đâu đến?**
	ban tòor doh dén
I'm from the U.K./U.S.	**tôi đến từ Anh/Mỹ.**
	toi dén tòor an/m
What do you do for a living?	**Bạn làm nghề gì?**
	ban làm nèi jì
I work for...	**Tôi làm ...** *toi làm...*
I'm a student.	**Tôi là học sinh.**
	toi là hok shin
I'm retired.	**Tôi đã nghỉ hưu.**
	toi dã nỉ hur-ew

Do you like…?	**Bạn có thích…?**
	ban kó tík…
Goodbye.	**Tạm biệt.**
	tam bi-uht
See you later.	**Hẹn gặp lại.**
	hen gap lai

In Vietnamese, the form of address used distinguishes the relationship between you and that person. On another level, the way in which someone addresses you can be very revealing as to their level of education and their cultural roots.

LANGUAGE DIFFICULTIES

Do you speak English?	**Bạn nói tiếng Anh được không?**
	ban nói tí-uhg an dew-urk kog
Does anyone here speak English?	**Có ai ở đây biết tiếng Anh không?**
	kó ai ừr dai bí-uht tí-uhg an kog

I don't speak (much) Vietnamese.	**Tôi không nói được tiếng Việt (nhiều lắm).**
	toi kog nói dew-urk tí-uhg vi-uht (nì-yoh lám)
Could you speak more slowly?	**Bạn có thể nói chậm hơn không?**
	ban kó tẻ nói cham hurn kog
Could you repeat that?	**Bạn có thể nhắc lại không?**
	ban kó tẻ nák lai kog
Can you spell it?	**Bạn có thể đánh vần ra không?**
	ban kó tẻi dán vàn ra kog
Please write it down.	**Vui lòng viết ra điều đó.**
	voo-i lòg ví-uht ra dì-yoh do
Can you translate this into English for me?	**Bạn có thể dịch điều này cho tôi không?**
	ban kó tẻ zik dì-yoh này cho toi kog
What does this/ that mean?	**Điều này/đó nghĩa là gì?**
	dì-yoh này/dó gĩ-a là gì
I understand.	**Tôi hiểu rồi.**
	toi hỉ-yoh ròi
I don't understand.	**Tôi không hiểu.**
	toi kog hỉ-yoh
Do you understand?	**Bạn có hiểu không?**
	ban kó hỉ-yoh kog

YOU MAY HEAR...

Tôi chỉ nói được một chút tiếng Anh.
toi chỉ nói dew-urk mot chóot tí-uhg an
Tôi không thể nói tiếng Anh.
toi kog tẻi nói tí-uhg an

I only speak
a little English.
I don't speak
English.

MAKING FRIENDS

Hello!	**Xin chào.** *sin chao*
Good afternoon.	**Chào buổi trưa.** *chào bỏori trur-a*
Good evening.	**Chào buổi chiều.** *chào bỏori chì-yoh*
My name is…	**Tên tôi là …** *ten toi là …*
What's your name?	**Tên bạn là gì?** *ten ban là gì*
I'd like to introduce you to…	**Tôi muốn giới thiệu bạn với…** *toi móorn júr-i ti-yoh ban vúr-i*

Pleased to meet you.	**Rất vui được làm quen.**
	rát voo-i dew-urk làm kwen
How are you?	**Bạn khỏe không?**
	ban kwèh kog
Fine, thanks.	**Vẫn khỏe, cám ơn. Còn bạn?**
And you?	*vãn kwèh kám urn kòn ban*

TRAVEL TALK

I'm here…	**Tôi đến đây để …**
	toi dén day dẻ …
on business	**kinh doanh**
	kin zwan
on vacation	**nghỉ ngơi**
[holiday]	*gỉ gur-i*
studying	**đang học**
	dag hok

I'm staying for…	**Tôi đang ở để…**
	toi dang ử dẻ i…
I've been here…	**Tôi đã ở đây…**
	toi dã ử day…
a day	**một ngày**
	mot gày
a week	**một tuần**
	mot tòo-uhn
a month	**một tháng**
	mot tág
Where are you from?	**Bạn từ đâu đến?**
	ban tòor doh dén
I'm from…	**Tôi đến từ …**
	toi dén tòor …

For Numbers, see page 18.

PERSONAL

Who are you with?	**Bạn đi với ai?**
	ban di vúr-i a-i
I'm here alone.	**Tôi đi một mình.**
	toi di mot mìn

I'm with my …	**Tôi đi với … tôi.**
	toi di vúr-i … toi
husband/wife	**chồng/vợ**
	chòng/vur
my boyfriend	**bạn trai**
	ban trai
my girlfriend	**bạn gái**
	ban gá-i
a friend	**một người bạn**
	mot gèw-ur-i ban
friends	**những người bạn**
	nõorg gèw-ur-i ban
a colleague	**một người đồng nghiệp**
	mot gèw-ur-i dòng ni-uhp
colleagues	**những người đồng nghiệp**
	nõorg gèw-ur-i dòng ni-uhp
When's your birthday?	**Khi nào là sinh nhật của bạn?**
	ki nào là shin nat kỏo-a ban
How old are you?	**Bạn bao nhiêu tuổi?**
	ban bao ni-yoh tỏori
I'm…	**Tôi…**
	toi
Are you married?	**Bạn kết hôn chưa?**
	ban két hon chur-a

I'm...	**Tôi ...**
	toi ...
single	**độc thân**
	dok tan
engaged	**đã đính hôn**
	dã dín hon
married	**đã kết hôn**
	dã kết hon
divorced	**đã ly hôn**
	dã li hon
separated	**ly than**
	li tan
a widower	**người góa vợ**
	gêw-ur-i gó vur
Do you have children/ grandchildren?	**Bạn có con/cháu chưa?**
	ban kó kon/chá-oo chur-a

WORK & SCHOOL

What do you do for a living?	**Bạn làm nghề gì?**
	ban làm gè gì
What are you studying?	**Bạn đang học gì?**
	ban dag hok gì
I'm studying...	**Tôi đang học ...**
	toi dag hok ...
I...	**Tôi...**
	toi
work full-/ part-time	**làm việc trọn/bán thời gian**
	àm vi-uhk tron/bán tùr-i jan.
am unemployed	**thất nghiệp**
	tát ni-uhp
work at home	**làm việc tại nhà**
	làm vi-uhk tai nà
Who do you work for?	**Bạn làm việc cho ai?**
	ban làm vi-uhk cho ai

I work for…	**Tôi làm việc cho …**
	toi làm vi-uhk cho …
Here's my business card.	**Đây là danh thiếp của tôi.**
	day là zan tí-uhp kỏo-a toi.

WEATHER

What's the forecast?	**Dự báo thời tiết thế nào?**
	zoor báo tùr-i tí-uht téi nào
What beautiful/ terrible weather!	**Thời tiết thật đẹp/tồi tệ.**
	tùr-i tí-uht tat dep/tat tei
It's…	**Trời…**
	trùr-i…
cool/warm	**mát/ấm**
	mát/ám
cold/hot	**lạnh/nóng**
	lan/nóg
rainy/sunny	**mưa/nắng**
	mur-a/nág
snowy/icy	**tuyết/băng**
	tóo-yit/bag
Do I need a jacket/ an umbrella?	**Tôi có cần mang theo áo khoác/dù không?**
	toi kó càn mag teh-ao áo kwák/zòo kog

For Seasons, see page 24.

EXPLORING

GETTING AROUND	42
PLACES TO STAY	68
COMMUNICATIONS	84
SIGHTSEEING	95

GETTING AROUND

NEED TO KNOW

How do I get to town?	**Tôi có thể vào thành phố bằng cách nào?** *toi kó tẻ vào tàn fó bàg kák nào*
Where's...?	**... ở đâu?** *...ử doh*
the airport	**sân bay** *shan bay*
the train station	**trạm xe lửa** *trạm se lửr-a*
the bus station	**trạm xe buýt** *trạm se bóo-yit*
the subway [underground] station	**trạm tàu điện [ngầm]** *trạm tà-oo di-uhn [gàm]*
Is it far from here?	**Bao xa?** *bao sa*
Where do I buy a ticket?	**Tôi có thể mua vé ở đâu?** *toi kó tẻi mooa vé ửr doh*
A one-way/return-trip ticket to...	**Một vé một chiều/khứ hồi đến...** *mọt vé mọt chì-yoh/kóor hòi dén...*

How much?	**Bao nhiêu?**
	bao ni-yoh
Which gate/line?	**Cổng/Tuyến nào?**
	kổg/tóo-in nào
Which platform?	**Sân ga nào?**
	shan ga nào
Where can I get a taxi?	**Tôi có thể gọi xe taxi ở đâu?**
	toi kó tẻi goi se taxi ửr doh
Take me to this address.	**Xin đưa tôi đến địa chỉ này.**
	sin dur-a toi dén dia chỉ này
Can I have a map?	**Tôi có thể lấy bản đồ không?**
	toi kó tẻi láy bản dò kog

TICKETS

When's…to Paris?	**Khi nào … đến Paris?**
	ki nào … dén paris
the (first) bus	**xe buýt (đầu tiên)**
	se bóo-yit (dàu ti-uhn)
the (next) flight	**chuyến bay (tiếp theo)**
	chóo-in bay (tí-uhp teh-ao)
the (last) train	**chuyến xe lửa (cuối cùng)**
	chóo-in se lửr-a (kóori koòg)
Where do I buy a ticket?	**Tôi có thể mua vé ở đâu?**
	toi kó tẻi mooa vé ửr doh
One/Two ticket(s) please.	**Xin bán một/hai vé.**
	sin bán mọt/hai vé
For today/tomorrow.	**Cho hôm nay/ngày mai.**
	cho hom nay/gày mai
A…ticket.	**Một vé…**
	mot vé …
one-way	**một chiều**
	mot chì-yoh

round [return] trip	**khứ hồi**	
	kóor hò-i	
first class	**hạng nhất**	
	hag nát	
business class	**hạng doanh nhân**	
	hag zwan nan	
economy class	**hạng phổ thông**	
	hag fổ tog	
How much?	**Bao nhiêu tiền?**	
	bao ni-yoh tì-uhn	
Is there a discount for...?	**Có giảm giá cho... không?**	
	kó jảm já cho ...kog	
children	**trẻ em**	
	trẻ em	
students	**sinh viên**	
	shin vi-uhn	
senior citizens	**người cao tuổ**	
	i gèw-ur-i kao tỏori	
tourists	**khách du lịch**	
	kák zu lik	
The express bus/ express train, please.	**Xin cho xe buýt/tàu tốc hành.**	
	sin cho se bóo-yit/tà-oo tók hàn	
The local bus/train, please.	**Xin cho xe buýt/tàu địa phương.**	
	sin cho se bóo-yit/tà-oo dia few-urg	

I have an e-ticket.	**Tôi có vé mua qua mạng.**
	toi kó vé mooa kwa mag
Can I buy…	**Tôi có thể mua…**
	toi kó tẻi mooa…
a ticket on the bus/train?	**vé xe buýt/xe lửa?**
	vé se bóo-yit/se lửr-a
the ticket before boarding?	**vé trước khi lên xe?**
	vé tréw-urk ki len se
How long is this ticket valid?	**Vé có hạn dùng trong bao lâu?**
	vé kó han zòog trog bao la-oo
Can I return on the same ticket?	**Tôi có thể quay về với cùng một vé không?**
	toi kó tẻ kway vè vúr-i kòog mot vé kog
I'd like to…	**Tôi muốn… đặt chỗ của mình.**
my reservation.	*toi móorn… dat chõ kỏo-a mìn*
cancel	**hủy**
	hỏo-i
change	**thay đổi**
	tay dỏ-i
confirm	**xác nhận**
	sák nan

For Days, see page 22.

YOU MAY HEAR…

Bạn đi hãng máy bay nào?
ban di hãg máy bay nào

What airline are you flying?

Nội địa hay quốc tế?
noi dia hay kwók té

Domestic or international?

Nhà ga nào?
nà ga nào

What terminal?

Most foreigners require a visa to enter Vietnam, and it is best to get one in advance. Visas are generally valid for 30 days. There are airports in **Ha Noi, Ho Chi Minh, Da Nang, Hue, Quy Nhon** and **Dien Bien**.

AIRPORT TRANSFER

How much is a taxi to the airport?	**Taxi đến sân bay hết bao nhiêu tiền?**
	taxi dén shan bay hét bao ni-yoh tì-uhn
To…Airport, please.	**Xin cho đến Sân bay…**
	sin cho dén shan bay…
My airline is…	**Hãng máy bay của tôi là…**
	hãg máy bay kỏoa toi là…
My flight leaves at…	**Chuyến bay của tôi khởi hành lúc…**
	chóo-in bay kỏoa toi kủr-i hàn lóok…
I'm in a rush.	**Tôi đang vội.**
	toi dag voi
Can you take an alternate route?	**Anh có thể đi đường khác được không?**
	an kó tẻi di dèw-urg kák dew-urk kog
Can you drive faster/slower?	**Anh có thể đi nhanh hơn/chậm hơn không?**
	an kó tẻi di nan hur-n/cham hur-n kog

For Time, see page 21.

YOU MAY SEE...

đến	arrivals
đi	departures
nhận hành lý	baggage claim
kiểm tra an ninh	security
chuyến bay nội địa	domestic flights
chuyến bay quốc tế	international flights
Làm thủ tục chuyến bay	check-in
Làm thủ tục cho vé mua qua mạng	e-ticket check-in
cổng khởi hành	departure gates

CHECKING IN

Where's check-in?	**Quầy làm thủ tục chuyến bay ở đâu?**
	kwày tủ took chóo-in bay ử doh
My name is...	**Tôi tên là...**
	toi ten là...
I'm going to...	**Tôi đang đi...**
	toi dag di...
I have...	**Tôi có...**
	toi kó
one suitcase	**một va-li**
	mot va-li
two suitcases	**hai va-li**
	hai va-li
one piece	**một túi**
	mot tóo-i
How much luggage is allowed?	**Được mang bao nhiêu hành lý?**
	dew-urk mag bao ni-yoh hàn lí
Is that pounds or kilos?	**Tính bằng pound hay kí-lo?**
	tín bàg pound hay kí-lo
Which terminal?	**Nhà ga nào?**
	nà ga nào

Which gate?	**Cổng nào?**
	kổ nào
I'd like a window/	**Tôi muốn ngồi ghế cạnh cửa sổ/lối đi.**
an aisle seat.	*toi móorn nòi géi kan kử-a sổ/lói di*
When do we leave/	**Khi nào chúng ta khởi hành/đến nơi?**
arrive?	*ki nào chóog ta kử-i hàn/dén nur-i*
Is the flight delayed?	**Chuyến bay bị hoãn à?**
	chóo-in bay bị hwãn à
How late?	**Hoãn bao lâu?**
	hwãn bao loh

YOU MAY SEE...

sân ga	platforms
thông tin	information
đặt vé	reservations
phòng chờ	waiting room
đến	arrivals
đi	departures

YOU MAY HEAR...

Tiếp theo!
tí-uhp teh-ao

Next!

Xin cho xem hộ chiếu/vé.
sin cho sem ho chí-yoh/vé

Your passport/
ticket, please.

Bạn có gửi hành lý không?
ban kó gử-i hành lí kog

Are you checking
any luggage?

Hành lý [túi] xách tay này quá lớn.
hàn lí [tóo-i] sák tay này kwá lúr-n

That's too large
for a carry-on
[piece of hand
luggage].

Bạn tự đóng hành lý à?
ban toor dóg hàn lí à

Did you pack
these bags
yourself?

Có ai nhờ bạn cầm thứ gì không?
kó ai nùr ban kàm tóor jì kog

Did anyone give you
anything to carry?

Cởi giày ra.
kử-i jày ra

Take off your
shoes.

Bắt đầu lên tàu...
bát dòu len tà-oo...

Now boarding...

LUGGAGE

Where is/are...?	**... ở đâu?**
	... ừ doh
the luggage trolleys	**xe đẩy hành lý**
	se dẩy hàn lí
the luggage lockers	**tủ chứa hành lý**
	tỏa chứ-a hàn lí
the baggage claim	**nhận hành lý**
	nan hàn lí
My luggage has been lost/stolen.	**Hành lý của tôi bị thất lạc/mất trộm.**
	hàn lí kỏa-a toi bi tát lak/mát trom
My suitcase is damaged.	**Va-li của tôi bị phá hỏng.**
	va-li kỏa-a toi bi fá hỏg

FINDING YOUR WAY

Where is/are...?	**... ở đâu?** ...
	ừ doh
the currency exchange	**nơi đổi tiền**
	nur-i dỏi tì-uhn
the car hire	**nơi thuê xe hơi**
	nur-i too-ei se hur-i
the exit	**lối ra**
	lói ra
the taxis	**xe taxi**
	se taxi
Is there...into town?	**Có... vào thành phố không?**
	kó... vào tàn fó kog
a bus	**xe buýt**
	se bóo-yit
a train	**xe lửa**
	se lử-a

| a Metro | **xe điện** |
| | *se di-uhn* |

For Asking Directions, see page 63.

TRAIN

Where's the train station?	**Trạm xe lửa ở đâu?**
	tram se lử-a ử doh
How far is it?	**Cách bao xa?**
	kák bao sa
Where is/are...?	**... ở đâu?**
	... ử doh
the ticket office	**Phòng vé**
	fòg vé
the information desk	**Bàn thông tin**
	bàn tog tin
the luggage lockers	**Tủ chứa hành lý**
	tỏ chứ-a hàn lí
the platforms	**sân ga**
	shan ga
Can I have a schedule [timetable]?	**Vui lòng cho tôi bản lịch trình tàu.**
	voo-i lòg cho toi bản lik trìn tà-oo

How long is the trip?	**Chuyến đi kéo dài bao lâu?**
	chóo-in di kéh-ao zài bao loh
Is it a direct train?	**Có xe lửa đi trực tiếp không?**
	kó se lử-a di trur-k tí-uhp kog
Do I have to change trains?	**Tôi có phải đổi tàu không?**
	toi kó fả-i dổ-i tà-oo kog
Is the train on time?	**Xe lửa có đúng giờ không?**
	se lử-a kó dóog jùr kog

For Tickets, see page 43.

For Tickets, see page 43.

The railway system serves all major cities and tourist centers. Seats are classed as hard seats/sleepers and soft seats/sleepers, and prices go up incrementally according to the comfort provided. In the hard seat car the seats are actually padded, but it is often noisy and crowded. The soft seat cars are more comfortable and often have air conditioning. Sleeping cars are generally comfortable and blankets and pillows are provided. Food and drink is served on all trains.

DEPARTURES

Which track [platform] to…?	**Đường [sân ga] nào đến?**
	dèw-urg [shan ga] nào dén
Is this the track [platform]/train to…?	**Đây là đúng đường cho chuyến tàu đến … ?**
	day là dóog dèw-urg ko choo-ín tà-oo dén …
Where is track [platform]…?	**Đường sắt số … ở đâu?**
	dèw-urg shát shó … ử doh
Where do I change for..?	**Tôi xuống tàu đi … ở đâu?**
	toi sóorg tà-oo di … ử doh

YOU MAY HEAR…

Cho xem vé.	Tickets, please.
cho sem vé	
Bạn phải đổi chuyến tại…	You have to
ban fải dổi choó-in tai…	change at…
Trạm kế tiếp…	Next stop…
tram ké tí-uhp	

ON BOARD

Can I sit here/open the window?	**Bạn có phiền nếu tôi ngồi đây/tôi mở cửa sổ?**
	ban kó fi-uhn néw toi gòi dai/toi mử kửr-a shỏ
That's my seat.	**Tôi nghĩ đó là chỗ của tôi.**
	toi gĩ dó là choi kỏo-a toi
Here's my reservation.	**Đây là chỗ đặt trước của tôi.**
	day là choi dạt tréw-urk kỏo-a toi

BUS

> The local bus service networks are extensive, although they are usually crowded at rush hour. Local busses operate in Ha Noi, Hai Phong, Quang Ninh, Da Nang, and Ho Chi Minh. Both government and private bus companies operate long-distance bus services with routes connecting every city in the country. Seats can be reserved in advance through travel agents and tourist offices.

Where's the bus station?	**Trạm xe buýt ở đâu?**
	tram se bóo-yit ủr doh
How far is it?	**Cách bao xa?**
	kák bao sa
How do I get to…?	**Tôi có thể đến… bằng cách nào?**
	toi kó tẻ đén… bàg kák nào
Is this the bus to…?	**Có xe buýt đến… không?**
	kó se bóo-yit đén… kog
Can you tell me when to get off?	**Bạn có thể cho tôi biết khi nào phải xuống không?**
	ban kó tẻ cho toi bí-uht ki nào kàn sóorg kog

Do I have to change buses?	**xe buýt** *se bóo-yit*
Stop here, please!	**Xin dừng ở đây!** *sin zòorg ử day*

For Tickets, see page 43.

YOU MAY HEAR...

Cho xem vé. *cho sem vé*	Tickets, please.
Bạn phải đổi chuyến tại... *ban fải dổi choó-in tai...*	You have to change at...
Trạm kế tiếp... *tram ké tí-uhp*	Next stop...

YOU MAY SEE...

trạm xe buýt	bus stop
yêu cầu dừng	request stop
lối vào/lối ra	entrance/exit
đóng dấu lên vé	stamp your ticket

METRO

Where's the metro station?	**Trạm tàu điện ở đâu?** *tram tà-oo di-uhn ử doh*
A map, please.	**Xin cho tôi một bản đồ.** *sin cho toi mot bản dò*
Which line for...?	**Tuyến nào đi... ?** *tóo-in nào di...*

Which direction?	**Hướng nào?**
	héw-urg nào
Do I have to transfer [change]?	**Tôi có phải chuyển [đổi]?**
	toi kó fải chỏo-in [dỏi]
Is this the metro to…?	**Đây có phải tàu điện đến…?**
	day kó fải tà-oo di-uhn dén…
How many stops to…?	**Bao nhiêu trạm nữa thì đến…?**
	bao ni-yoh tram nữr-a tì dén…
Where are we?	**Chúng ta đang ở đâu?**
	chóog ta dag ử doh

For Finding your Way, see page 50.

BOAT & FERRY

When is the ferry to…?	**Chuyến phà đến… khi nào?**
	chóo-in fà dén… ki nào
Can I take my car?	**Tôi có thể mang theo xe hơi không?**
	toi kó tẻi mag teh-ao se hur-i kog
What time is the next sailing?	**Chuyến tiếp theo là khi nào?**
	chóo-in tí-uhp teh-ao là ki nào

Can I book a seat/cabin?	**Tôi có thể đặt chỗ/buồng không?**
	toi kó tẻi dat chõ/bòorg kog
How long is the crossing?	**Đi mất bao lâu?**
	di mát bao loh

For Weather, see page 39.

YOU MAY SEE...

thuyền cứu hộ	life boats
áo phao cứu hộ	life jacket

Ferries only operate in certain areas, such as Quang Ninh and Ho Chi Minh. However, there are numerous riverboat services connecting all parts of the country. For provinces in Eastern or Western Ho Chi Minh, boat travel is the best option for getting around.

TAXI

Where can I get a taxi?	**Tôi có thể gọi tắc xi ở đâu?**
	toi kó tẻ goi ták si ử doh
Can you send a taxi?	**Bạn có thể đưa taxi đến không?**
	bạn kó tẻi dur-a taxi dén kog
Do you have the number for a taxi?	**Bạn có số gọi xe tắc xi không?**
	ban kó shó goi se ták si kog
I'd like a taxi now/ for tomorrow at…	**Tôi muốn một xe taxi ngay bây giờ/ngày mai tại…**
	toi móorn mot se taxi gay bay jừr/gày mai tai…
Pick me up at…	**Đón tôi tại…**
	dón toi tai…
I'm going to…	**Tôi đến …**
	toi dén …
this address	**địa chỉ này**
	dia chỉ này
the airport	**sân bay**
	shan bay
the train station	**nhà ga**
	nà ga
I'm late.	**Tôi bị trễ giờ.**
	toi bi trễi jừr

Can you drive faster/ slower?	**Anh có thể đi nhanh hơn/chậm hơn không?** *an kó tẻi di nan hur-n/cham hur-n kog*
Stop/Wait here.	**Dừng/chờ ở đây.** *zòorg/chừr ủr day*
How much?	**Giá bao nhiêu?** *zá bao ni-yoh*
You said it would cost…	**Bạn nói rằng sẽ tốn…** *ban nói ràg shẽ tón…*
Keep the change.	**Cứ giữ tiền lẻ.** *óor jõor tì-uhn lẻ*

YOU MAY HEAR…

Đi đâu? *di doh*	Where to?
Địa chỉ ở đâu? *dia chỉ ủr doh*	What's the address?
Có phụ thu sân bay/buổi tối. *kó foo too san bay/b ori tói*	There's a night-time/airport surcharge.

BICYCLE & MOTORBIKE

I'd like to hire…	**Tôi muốn thuê một chiếc …** *toi móorn too-ei mot chí-uhk …*
a bicycle	**xe đạp** *se dap*
a moped	**xe máy có bàn đạp** *se máy kó bàn dap*
a motorcycle	**xe máy** *se máy*
How much per day/ week?	**Giá mỗi ngày/tuần là bao nhiêu?** *já mỗi gày/tòo-uhn là bao ni-yoh*

Can I have a helmet/lock?	**Tôi có thể lấy nón bảo hiểm/ổ khoá không?**
	toi kó tẻi láy nón bảo hỉ-uhm/ổ kwá kog
I have a puncture/flat tyre.	**Tôi bị thủng/xẹp bánh xe.**
	toi bi tỏog/xep bán se

ⓘ

Major cities have metered taxis with set routes — payment is made upon entering the cab. It is also possible to hire taxis by the hour/day. Tipping is not mandatory. If you use rickshaws, pedicabs, or two-wheeled taxis, it is best to agree the price in advance. Not many taxi drivers speak English, so it is best to have your destination written out in Vietnamese or to point it out on a map.

CAR HIRE

Where's the car hire?	**Thuê xe hơi ở đâu?**
	too-ei se hur-i ửr doh
I'd like…	**Tôi muốn…**
	toi móorn…
a cheap/small car	**xe hơi nhỏ/rẻ tiền**
	se hur-i nỏ/rẻ tì-uhn

YOU MAY HEAR...

Bạn có bằng lái xe quốc tế không?
ban kó bàg lái se kwók té kog

Xin cho xem hộ chiếu.
sin cho sem ho chí-yoh

Bạn có muốn bảo hiểm không?
ban kó móorn bảo hỉ-uhm kog

Tôi cần tiền đặt cọc.
toi kàn tì-uhn dat kok

Viết tắt/Ký tên ở đây.
ví-uht tát/kí ten ử day

Do you
have an
international
driver's license?
Your passport,
please.
Do you want
insurance?
I'll need
a deposit.
Initial/Sign here.

an automatic/ a manual	**xe tự động/điều khiển bằng tay** *se toor dog/dì-yoh kỉ-uhn bàg tay*	
air conditioning	**có máy lạnh** *kó máy lan*	
a car seat	**ghế cho trẻ em** *gé cho trẻ em*	
How much...?	**Bao nhiêu...?** *bao ni-yoh...*	

per day/week	**mỗi ngày/tuần**
	mõi gày/tòo-uhn
per kilometer	**mỗi ki-lo-met**
	mõi kí-lo-mét
for unlimited mileage	**không giới hạn quãng đường**
	kog júr-i han kwãn dèw-urg
with insurance	**có bảo hiểm**
	kó bảo hỉ-uhm
Are there any discounts?	**Có giảm giá không?**
	kó jảm já kog

FUEL STATION

Where's the fuel station?	**Trạm xăng ở đâu?**
	tram sag ủr doh
Fill it up.	**Đổ đầy bình.**
	dỏ dày bìn
...euros, please.	**Cho... ơ-rô.**
	cho... ur-ro
I'll pay in cash/by credit card.	**Tôi sẽ trả bằng tiền mặt/bằng thẻ tín dụng.**
	toi shẽ trả bàg tì-uhn mat/bàg tẻ tín zoog

For Numbers, see page 18.

YOU MAY SEE...

dầu hỏa, dầu lửa	gas [petrol]
thượng hạng	unleaded
bình thường	regular
đặc biệt	super
dầu	diesel

ASKING DIRECTIONS

Is this the way to…?	**Đây có phải đường đi…?**	
	day kó fải dèw-urg di…	
How far is it to…?	**Cách bao xa thì đến…?**	
	kák bao sa tì dén…	
Where's…?	**… ở đâu?**	
	… ửr doh	
…Street	**Đường…**	
	dèw-urg…	
this address	**địa chỉ này**	
	dia chỉ này	
the highway	**đường cao tốc**	
[motorway]	*dèw-urg kao tók*	
Can you show me on	**Bạn có thể chỉ cho tôi trên bản đồ không?**	
the map?	*bạn kó tẻi chỉ cho toi tren bản dò kog*	
I'm lost.	**Tôi bị lạc.**	
	toi bi lak	

YOU MAY HEAR...

đi thẳng *di tẳg*	straight ahead
trái *trái*	left
phải *fải*	right
gần đây *gần day*	around the corner
ngược lại *gew-urk lai*	opposite
sau *shau*	behind
kế bên *ké ben*	next to
sau khi *shau ki*	after
bắc/nam *bák/nam*	north/south
đông/tây *dog/tay*	east/west
chỗ đèn giao thông *chỗ dèn jao tog*	at the traffic light
chỗ giao nhau *chỗ jao na-oo*	at the intersection

YOU MAY SEE...

DỪNG LẠI	STOP
NHƯỜNG ĐƯỜNG	YIELD
CẤM ĐẬU XE	NO PARKING
MỘT CHIỀU	ONE WAY
CẤM VÀO	NO ENTRY
ALLOWED CẤM XE	NO VEHICLES
CẤM ĐI	NO PASSING
BIỂN BÁO GIAO THÔNG PHÍA TRƯỚC	TRAFFIC SIGNAL AHEAD
LỐI RA	EXIT

PARKING

Can I park here?	**Tôi có thể đậu xe ở đây không?**
	toi kó tẻi dau se ủr day kog
Where's...?	**... ở đâu?**
	... ủr doh

the parking garage	**ga-ra đậu xe**
	ga-ra doh se
the parking lot [car park]	**bãi đỗ xe [bãi đậu xe]**
	bāi dõ se [bāi doh se]
the parking attendent	**nhân viên bãi đỗ xe**
	nan vi-uhn bāi dõ se
How much…?	**Bao nhiêu…?**
	bao ni-yoh…
per hour	**mỗi giờ**
	mõi jùr
per day	**mỗi ngày**
	mõi gày
for overnight	**qua đêm**
	kwa dem

BREAKDOWN & REPAIR

My car broke down/ won't start.	**Xe tôi bị hư/không khởi động được.**
	se toi bi hoor/kog kửr-i dog dew-urk
Can you fix it (today)?	**Bạn có thể không?**
	bạn kó tểi kog
When will it be ready?	**Khi nào xong?**
	ki nào sog

How much?	**Bao nhiêu?**
	bao ni-yoh

For Time, see page 21.

ACCIDENTS

There was	**Có tai nạn.**
an accident.	*kó tai nan*
Call…	**Hãy gọi…**
	hãy goi
an ambulance	**xe cấp cứu**
	se káp kúr-ew
the police	**cảnh sát**
	kản shát

For Police, see page 146.

Parking is usually located within the main cities'
boundaries along the streets or in the spaces under bridges.
There are no parking meters in Vietnam. Instead, you pay
a parking attendant.

PLACES TO STAY

NEED TO KNOW

Can you recommend a hotel?	**Bạn có thể giới thiệu một khách sạn không?**
	ban kó tẻi júr-i ti-yoh mot kák shan kog
I made a reservation.	**Tôi muốn đặt chỗ.**
	toi móorn dat chỗ
My name is…	**Tên tôi là…**
	ten toi là…
Do you have a room…?	**Bạn có phòng không…?**
	ban kó fòg kog…
for one/two	**cho một/hai người**
	cho mot/hai gèw-ur-i
with a bathroom	**có phòng tắm**
	kó fòg tám
with air conditioning	**có máy lạnh**
	kó máy lan
For…	**Cho**
	cho
tonight	**tối nay**
	tói nay
two nights	**hai đêm**
	hai dem
one week	**một tuần**
	mot tòo-uhn
How much?	**Bao nhiêu?**
	bao ni-yoh
Is there anything cheaper?	**Có phòng nào rẻ hơn không?**
	kó fòg nào rẻ hur-n kog?

When's check-out?	**Khi nào trả phòng?**
	ki nào trả fòg
Can I leave this in the safe?	**Tôi có thể để đồ trong két sắt không?**
	toi kó tẻi dẻ dò trog két shát kog
Can I leave my bags?	**Tôi có thể để đồ ở đây không?**
	toi kó tẻi dẻ dò ửr day kog
Can I have my bill/ a receipt?	**Tôi có thể lấy biên lai/hoá đơn không?**
	toi kó tẻi lấy bi-uhn lai/hwá dur-n kog
I'll pay in cash/by credit card.	**Tôi sẽ trả bằng tiền mặt/bằng thẻ tín dụng.**
	toi shẽ trả bàg tì-uhn mat/bàg tẻ tín zoog

SOMEWHERE TO STAY

Can you recommend…?	**Bạn có thể giới thiệu…?**
	bạn kó tẻi júr-i ti-yoh…
a hotel	**một khách sạn**
	mot kák shan
a hostel	**một nhà nghỉ**
	mot nà nỉ
a campsite	**một nơi cắm trại**
	mot nur-i kám trai
a bed and breakfast (B&B)	**một nhà nghỉ có ăn sáng (B&B)**
	mot nà nỉ kó an shág
What is it near?	**Nó gần nơi nào?**
	nó gàn nur-i nào
How do I get there?	**Tôi có thể đến đó bằng cách nào?**
	toi kó tẻ dén dó bàg kák nào

Tourist cities such as Ho Chi Minh City, Ha Noi and Hue are bimming with Western-style, luxiorious hotels , although reservations are best made in advance. Many hotels in Hue are garden-style, offering a haven for those who seek peace and tranquility. **Friendship hotels** are often enormous government-run complexes spread out over extensive grounds. Set up in the 1930s for traveling government officials and foreign dignitaries, many of these hotels have since been renovated to provide mid to high-range accommodations. In **guesthouses,** the standard varies so it is best to inspect the room before taking it.

AT THE HOTEL

I have a reservation.	**Tôi có đặt chỗ.**
	toi kó dat chõ
My name is…	**Tên tôi là…**
	ten toi là…
Do you have a room…?	**Bạn có phòng…không?**
	ban kó fòg… kog

with a toilet/ shower	**có toilet/phòng tắm**
	kó toilet/fòg tám
with air conditioning	**có máy lạnh**
	kó máy lan
that's smoking/ non-smoking	**hút thuốc/không hút thuốc**
	hóot tóork/kog hóot tóork
For…	**Cho**
	cho
tonight	**tối nay**
	tói nay
two nights	**hai đêm**
	hai dem
a week	**một tuần**
	mot tòo-uhn
Do you have…?	**Bạn có …không?**
	ban kó … kog
a computer	**máy vi tính**
	máy vi tín
an elevator [a lift]	**thang máy**
	tag máy
(wireless) internet service	**dịch vụ internet (không dây)**
	zik voo internet (kog zay)

room service	**phục vụ phòng**
	fook voo fòg
a pool	**hồ bơi**
	hò bur-i
a gym	**phòng tập thể dục**
	fòg tap tẻi zook
I need…	**Tôi cần…**
	toi kàn…
an extra bed	**thêm giường**
	tem jèw-urg
a cot	**giường cũi**
	jèw-urg kōo-i
a crib	**nôi**
	noi

PRICE

How much per night/week?
Bao nhiêu một đêm/tuần?
bao ni-yoh mot dem/tòo-uhn

Does that include breakfast/tax?
Đã bao gồm ăn sáng/thuế chưa?
dã bao gòm an sáŋ/tóo-ei chur-a

Are there any discounts?
Có giảm giá không?
kó jảm já koŋ

PREFERENCES

Can I see the room?
Tôi có thể không?
toi kó tểi

I'd like a...room.
Tôi muốn một phòng...
toi móorn mot fòg...

better
tốt hơn
tót hur-n

bigger
to hơn
to hur-n

cheaper
rẻ hơn
rẻ hur-n

quieter
yên tĩnh hơn
i-uhn tĩn hur-n

I'll take it.
Tôi sẽ lấy phòng này.
toi shẽ láy fòg này

No, I won't take it.
Không, tôi sẽ không lấy phòng này.
koŋ, toi shẽ koŋ láy fòg này

QUESTIONS

Where is/are...?
... ở đâu?
...ùr doh

the bar
quầy bar
kwày bar

the bathrooms	**nhà vệ sinh**
	nà vei shin
the elevator [lift]	**thang máy**
	tag máy
I'd like…	**Tôi muốn …**
	toi móorn …
a blanket	**một cái chăn**
	mot kái chan
an iron	**bàn là**
	bàn là
the room key/	**chìa khoá/thẻ chìa khoá phòng**
key card	*chìa kwá/tẻ chìa kwá fòg*
a pillow	**gối**
	gói
soap	**xà phòng**
	sà fòg
toilet paper	**giấy vệ sinh**
	jáy vei shin
a towel	**khăn tắm**
	kan tám
Do you have an adapter for this?	**Bạn có bộ chuyển đổi nguồn điện không?**
	ban kó bo chỏo-in dỏi nòorn di-uhn kog
How do you turn on the lights?	**Tôi có thể mở đèn bằng cách nào?**
	toi kó tẻ mửr dèn bàg kák nào

Can you wake me at...?	**Bạn có thể đánh thức tôi vào lúc...không?**
	ban kó tẻi dán túr-k toi vào lóok...kog
Can I leave this in the safe?	**Tôi có thể để đồ trong két sắt không?**
	toi kó tẻi dẻ dò trog két shát kog
Can I have my things from the safe?	**Tôi có thể lấy đồ trong két sắt không?**
	toi kó tẻi láy dò trog két shát kog
Is there mail/a message for me?	**Có thư/tin nhắn cho tôi không?**
	kó toor/tin nán cho toi kog
Do you have a laundry service?	**Bạn có dịch vụ giặt ủi không?**
	ban kó zik voo jat ỏo-i kog

YOU MAY SEE...

đẩy/kéo	push/pull
nhà vệ sinh	bathroom [toilet]
tắm vòi hoa sen	showers
cầu thang máy	elevator [lift]
cầu thang	stairs
máy bán hàng tự động	vending machines
nước đá	ice
hiệu giặt	laundry
xin đừng làm phiền	do not disturb
cổng thoát hiểm	fire door
lối ra (thoát hiểm)	(emergency) exit
điện thoại báo thức	wake-up call

PROBLEMS

There's a problem.	**Có vấn đề.**
	kó ván dè
I lost my key/key card.	**Tôi bị mất chìa khoá/thẻ chìa khoá.**
	toi bi mất chìa kwá/tẻ chìa kwá

I've locked my key/ key card in the room.	**Tôi đã khoá chìa khoá/thẻ chìa khoá trong phòng.**
	toi dã kwá chìa kwá/tẻ chìa kwá trog fòg
There's no hot water/toilet paper.	**Không có nước nóng/giấy vệ sinh.**
	kog kó néw-urk nóg/jáy vei shin
The room is dirty.	**Phòng dơ bẩn.**
	fòg zur bản
There are bugs in the room.	**Trong phòng có sâu bọ.**
	trog fòg kó shau bo
the air conditioning	**máy lạnh**
	máy lan
the fan	**quạt**
	kwat
the heat [heating]	**sưởi**
	shẻw-ur-i
the light	**đèn**
	dèn
the TV	**Ti-vi**
	ti-vi
the toilet	**nhà vệ sinh**
	nà vei shin
…doesn't work.	**… không hoạt động**
	…kog hwat dog

Can you fix…?	**Bạn có thể sửa…không?**
	ban kó tẻi shủr-a… kog
I'd like another room.	**Tôi muốn phòng khác.**
	toi móorn fòg kák

CHECKING OUT

When's check-out?	**Khi nào trả phòng?**
	ki nào trả fòg
Can I leave my bags here until…?	**Tôi có thể để hành lý tại đây đến khi… không?**
	toi kó tẻi dẻ hàn lí tai day dén ki…kog
Can I have an itemized bill/ a receipt?	**Tôi có thể lấy biên lai/hoá đơn chi tiết không?**
	toi kó tẻi láy bi-uhn lai/hwá dur-n chi t í-uht kog

A service charge of 10% (VAT) is normally added to the hotel bill. Tipping is not expected, but tipping in advance does ensure better service. Most hotels offer porter services free of charge.

I think there's a mistake.	**Tôi nghĩ có nhầm lẫn.** *toi nĩ kó nàm lãn*
I'll pay in cash/by credit card.	**Tôi sẽ trả bằng tiền mặt/bằng thẻ tín dụng.** *toi shẽ trả bàg tì-uhn mat/bàg tẻ tín zoog*

RENTING

I reserved an apartment/a room.	**Tôi đã đặt một căn hộ/phòng.** *toi dã dat mot kan ho/fòg*
My name is…	**Tên tôi là…** *ten toi là…*
Can I have the keys?	**Tôi có thể lấy chìa khoá không?** *toi kó tẻi láy chìa kwá kog*
Are there…?	**Có… không?** *kó… kog*
dishes	**đĩa** *dĩa*
pillows	**gối** *gói*
sheets	**tấm trải giường** *tám trải jèw-urg*
towels	**khăn tắm** *kan tám*

kitchen utensils	**đồ dùng nhà bếp** _dò dòong nà bép_
When do I put out the bins/recycling?	**Khi nào tôi đổ rác/tái chế?** _ki nào toi dỏ rák/tái ché_
...is broken.	**... bị hư** _... bi hoor_
How does... work?	**Làm sao để... hoạt động?** _lằm shao dể ... hwat dog_
the air conditioner	**máy lạnh** _máy lan_
the dishwasher	**máy rửa chén** _máy rửr-a chén_
the freezer	**tủ đông** _tỏo dog_
the heater	**máy sưởi** _máy shêw-ur-i_
the microwave	**lò vi sóng** _lò vi shóg_
the refrigerator	**tủ lạnh** _tỏo lan_
the stove	**bếp lò** _bép lò_
the washing machine	**máy giặt** _máy jat_

DOMESTIC ITEMS

I need…	**Tôi cần**
	toi kàn
an adapter	**bộ chuyển đổi nguồn điện bo**
	chỏa-in dỏi nòorn di-uhn
aluminum foil	**giấy nhôm**
	jáy nom
a bottle opener	**đồ khui nắp chai dò**
	koo-i náp chai
a broom	**chổi**
	chỏi
a can opener	**đồ khui hộp**
	dò koo-i hop
cleaning supplies	**vật dụng dọn vệ sinh**
	vat zoog zon vei shin
a corkscrew	**đồ mở nút chai**
	dò mử noót chai
detergent	**bột giặt**
	bot jat
dishwashing liquid	**nước rửa chén**
	néw-urk rửr-a chén
bin bags	**túi nhựa**
	tóo-i nur-a

a lightbulb	**bóng đèn**	
	bóg dèn	
matches	**que diêm**	
	kwe di-uhm	
a mop	**giẻ lau**	
	jẻ la-oo	
napkins	**khăn ăn**	
	kan an	
paper towels	**Khăn giấy lau tay**	
	kan jáy la-oo tay	
plastic wrap [cling film]	**Màng bọc thức ăn [giấy bóng]**	
	màg bok túr-k an [jáy bóg]	
a plunger	**ống bơm**	
	óg bur-m	
scissors	**Kéo**	
	kéh-ao	
a vacuum cleaner	**máy hút bụi**	
	máy hóot boo-i	

For In the Kitchen, see page 195.

AT THE HOSTEL

Is there a bed available?	**Có giường không?**	
	kó jèw-urg kog	
I'd like…	**Tôi muốn…**	
	toi móorn…	
a single/double room	**phòng đơn/đôi**	
	fòg dur-n/doi	
a blanket	**một cái chăn**	
	mot kái chan	
a pillow	**gối**	
	gói	
sheets	**tấm trải giường**	
	tám trải jèw-urg	

a towel	**khăn tắm**
	kan tám
Do you have lockers?	**Bạn có tủ có khoá không?**
	ban kó tỏo kó kwá kog
When do you lock up?	**Khi nào bạn khoá cửa?**
	ki nào ban kwá kử-a
Do I need a membership card?	**Tôi có cần thẻ thành viên không?**
	toi kó kàn tẻ tàn vi-uhn kog
Here's my international student card.	**Đây là thẻ sinh viên quốc tế của tôi.**
	day là tẻ shin vi-uhn kwók té kỏo-a toi

> ⓘ
>
> Youth hostels can mostly be found in major cities such as Ha Noi and Ho Chi Minh City. The location, rooms and on-site facilites can often be excellent and offer great value, but it is advisable to view the room before agreeing to take it.

GOING CAMPING

Can I camp here?	**Tôi có thể không?**
	toi kó tẻi kog
Where's the campsite?	**nơi cắm trại ở đâu?**
	nur-i kám trai ửr doh
What is the charge per day/week?	**Giá mỗi ngày/tuần là bao nhiêu?**
	já mõi gày/tòo-uhn là bao ni-yoh
Are there…?	**Có…?**
	kó…
cooking facilities	**vật dụng nấu ăn**
	vat zoog nóh an
electric outlets	**ổ cắm điện**
	ỏ kám di-uhn
laundry facilities	**phòng giặt ủi**
	fòg jat ỏo-i
showers	**phòng tắm**
	fòg tám
tents for hire	**lều cho thuê**
	lày-oo cho thoo-ei
Where can I empty the chemical toilet?	**Tôi có thể đổ nhà vệ sinh lưu động ở đâu?**
	toi kó tẻi dỏ nà vei shin lur-ew dog ửr doh

For In the Kitchen, see page 195.

YOU MAY SEE...

nước uống	drinking water
cấm cắm trại	no camping
cấm lửa/nướng	no fires/ barbecues

COMMUNICATIONS

NEED TO KNOW

Where's an internet cafe?	**Internet cafe ở đâu?** *internet cafe ủr doh*
Can I access the internet/check my e-mail?	**Tôi có thể vào internet/kiểm tra email không?** *toi kó tẻi vào internet/kỉ-uhm tra email kog*
How much per half hour/hour?	**Bao nhiêu cho nửa giờ/một giờ?** *bao ni-yoh cho nửr-a jừr/mot jừr*
How do I connect/log on?	**Tôi có thể kết nối/đăng nhập bằng cách nào?** *toi kó tẻ két nói/dag nap bàg kák nào*
A phone card, please.	**Cho một thẻ điện thoại.** *cho mot tẻ di-uhn twai*
Can I have your phone number?	**Tôi có thể xin số điện thoại của bạn không?** *toi kó tẻi sin shó di-uhn twai kỏa ban kog*
Here's my number/e-mail.	**Đây là số điện thoại/email của tôi.** *day là shó di-uhn twai/email kỏoa toi*
Call me.	**Hãy gọi cho tôi.** *hãy goi cho toi*
E-mail me.	**Hãy nhắn tin cho tôi.** *hãy nán tin cho toi*
Hello. This is…	**Xin chào. Đây là…** *sin chào. day là…*
Can I speak to…?	**Tôi có thể nói với…không?** *toi kó tẻi nói vúr-i… kog*
Can you repeat that?	**Bạn có thể lặp lại không?** *ban kó tẻi lap lai kog*

I'll call back later.	**Tôi sẽ gọi lại sau.**
	toi shẽ goi lai sha-oo
Bye.	**Tạm biệt.**
	tam bi-uht
Where's the post office?	**Bưu điện ở đâu?**
	bur-ew dien ử doht
I'd like to send this to…	**Tôi muốn gửi thứ này đến…**
	toi móorn gử-i tóor này dén…

ONLINE

Where's an internet cafe?	**Internet cafe ở đâu?**
	internet cafe ử doh
Does it have wireless internet?	**Có internet không dây không?**
	kó internet kog zay kog
What is the WiFi password?	**Mật mã WiFi là gì?**
	mat mã WiFi là jì
Is the WiFi free?	**WiFi có miễn phí không?**
	wiFi kó mĩ-uhn fí kog
Do you have bluetooth?	**Bạn có bluetooth không?**
	ban kó bluetooth kog

Can you show me how to turn on/off the computer?	**Bạn có thể chỉ tôi cách mở/tắt máy vi tính không?**
	ban kó tẻi chỉ toi kák mủr/tát máy vi tín kog
Can I...?	**Tôi có thể ...không?**
	toi kó tẻi...kog
access the internet	**vào mạng**
	vào mag
check my e-mail	**kiểm tra email**
	kỉ-uhm tra email
print	**in**
	in
plug in/charge my laptop/iPhone/iPad/BlackBerry?	**sạc pin cho máy tính xách tay/iPhone/iPad/BlackBerry?**
	shak pin cho máy tín sák tay/iPad/BlackBerry
access Skype?	**vào Skype?**
	vào Skype
How much per half hour/hour?	**Bao nhiêu cho nửa giờ/một giờ?**
	bao ni-yoh cho nử-a jừr/mot jừr
How do I...?	**Tôi có thể ... bằng cách nào?**
	toi kó tẻ ... bằg kák nào
connect/disconnect	**kết nối/tắt kết nối**
	két nói/tat két nói

YOU MAY SEE...

đóng	close
xoá	delete
email	e-mail
thoát	exit
trợ giúp	help
tin nhắn nhanh	instant messenger
internet	internet
đăng nhập	log in
(tin nhắn) mới	new (message)
mở/tắt	on/off
mở	open
in	print
lưu lại	save
gửi	send
tên người dùng/mật mã	username/ password
internet không dây	wireless internet

log on/off	**đăng nhập/thoát**
	dag nap/twát
type this symbol	**đánh ký hiệu này**
	dán kí hi-yoh này
What's your e-mail?	**Email của bạn là gì?**
	email kỏoa ban là jì
My e-mail is…	**Email của tôi là…**
	email kỏoa toi là…
Do you have a scanner?	**Bạn có máy scan không?**
	ban kó máy scan kog

SOCIAL MEDIA

Are you on Facebook/Twitter?	**Bạn có Facebook/Twitter không?**
	ban kó Facebook/Twitter kog
What's your username?	**Tên người dùng của bạn là gì?**
	ten gèw-ur-i zòog kỏoa ban là jì
I'll add you as a friend.	**Tôi sẽ kết bạn với bạn.**
	toi shẽ két ban vúr-i ban
I'll follow you on Twitter.	**Tôi sẽ theo bạn trên Twitter.**
	toi shẽ teh-ao ban tren Twitter
Are you following…?	**Bạn có theo…?**
	ban kó teh-ao…

I'll put the pictures on Facebook/Twitter?	**Tôi sẽ đăng hình trên Facebook/Twitter.**
	toi shẽ dag hìn tren Facebook/Twitter
I'll tag you in the pictures.	**Tôi sẽ tag bạn trên hình.**
	toi shẽ tag ban tren hìn

PHONE

A phone card/ prepaid phone, please.	**Cho một thẻ điện thoại/thẻ trả trước.**
	cho mot tẻ di-uhn twai/tẻ trả tréew-urk
How much?	**Bao nhiêu…?**
	bao ni-yoh…
Where's the pay phone?	**Điện thoại trả tiền ở đâu?**
	di-uhn twai trả tì-uhn ử doh
What's the area country code for…?	**Mã quốc gia của… là gì?**
	mã kwók ja kỏo-a… là jì
What's the number for Information?	**Số điện thoại xin thông tin là gì?**
	shó di-uhn twai sin tog tin là jì
I'd like the number for…	**Tôi muốn số điện thoại của…**
	toi móorn shó di-uhn twai kỏo-a…
I'd like to call collect [reverse the charges].	**Tôi muốn thực hiện cuộc gọi do người nhận thanh toán.**
	toi móorn tur-k hi-uhn koor-k goi zo gèw-ur- nan tan twán

My phone doesn't work here.	**Điện thoại của tôi không hoạt động ở đây.**
	di-uhn twai kỏoa toi kog hwat dog ử day
What network are you on?	**Bạn dùng network gì?**
	ban zòog network jì
Is it 3G?	**3G phải không?**
	ba-gừrh fải ko
I have run out of credit/minutes.	**Tôi đã hết tiền/phút.**
	toi dã hét tì-uhn/fóot
Can I buy some credit?	**Tôi có thể mua thêm phút không?**
	toi kó tẻi mooa tem fóot kog
Do you have a phone charger?	**Bạn có đồ sạc điện thoại không?**
	ban kó dò shak di-uhn twai kog
Can I have your number?	**Tôi có thể có số điện thoại của bạn không?**
	toi kó tẻi kó shó di-uhn twai kỏoa ban kog
Here's my number.	**Đây là số điện thoại của tôi.**
	day là shó di-uhn twai kỏoa toi
Please call/text me.	**Hãy gọi/nhắn tin cho tôi.**
	hãy goi/nán tin cho toi
I'll call/text you.	**Tôi sẽ gọi/nhắn tin cho bạn.**
	toi shẽ goi/nán tin cho ban

For Numbers, see page 18.

You can make local calls from your hotel room or from any telephone booth, usually with a phone card. Alternatively, you can make phone calls at post offices and/or from post office agents. International and collect calls [reverse charge calls] can be made from your room and most hotels have direct-dial international services. If you make a phone call from your room, the hotel may charge a handling fee.

TELEPHONE ETIQUETTE

Hello. This is…	**Xin chào. Đây là…**
	sin chào. day là…
Can I speak to…?	**Tôi có thể nói với…không?**
	toi kó tẻi nói vúr-i… kog
Extension…	**Số nội bộ.**
	shó noi bo
Speak louder/more slowly, please.	**Xin nói to hơn/chậm hơn.**
	sin nói to hur-n/cham hur-n
Can you repeat that?	**Bạn có thể lặp lại không?**
	ban kó tẻi lap lai kog

I'll call back later.	**Tôi sẽ gọi lại sau.**
	toi shẽ goi lai sha-oo
Bye.	**Tạm biệt.**
	tam bi-uht

YOU MAY HEAR...

Ai đang gọi ạ?
ai dag goi a

Who's calling?

Xin chờ.
sin chừr

Hold on.

Tôi sẽ chuyển máy cho anh/cô ấy.
toi shẽ chỏo-in máy cho an/ko áy

I'll put you through to him/her.

Anh/Cô ấy đang ở đường dây khác.
an/ko áy dag ửr dèw-urg day kák

He/She is not here/on another line.

Bạn có muốn để lại tin nhắn không?
ban kó móorn dề lai tin nán kog

Would you like to leave message?

Xin gọi lại sau mười phút.
sin goi lai sha-oo mèw-ur- fóot

Call back later/ in ten minutes.

Anh/Cô ấy có thể gọi lại sau cho bạn không?
an/ko áy kó tẻi goi lai sha-oo cho ban kog

Can he/she call you back?

Số điện thoại của bạn là gì?
shó di-uhn twai kỏo-a ban là gì

What's your number?

FAX

Can I send/receive a fax here?	**Tôi có thể gởi/nhận fax ở đây không?** *toi kó tẻi gửr-i/nan fax ửr day kog*
What's the fax number?	**Số fax của bạn là gì?** *shó fax kỏo-a ban là jì*
Please fax this to…	**Xin gởi fax đến…** *sin gửr-i fax dén…*

POST

Where's the post office/mailbox?	**Bưu điện/hộp thư ở đâu?** *bur-ew dien/hop toor ửr doh*
A stamp for this postcard/letter to…	**Mua tem cho bưu thiếp/thư này gởi đến…** *moo-a tem cho bur-ew tí-uhp/tur này gửr-i dén…*
How much?	**Bao nhiêu…?** *bao ni-yoh…*
Send this package by airmail/express.	**Gởi hàng đường hàng không/cấp tốc.** *gửr-i hàn dèw-urg hàg kog/káp tók*
A receipt, please.	**Xin cho hoá đơn.** *sin cho hwá dur-n*

Post offices are open Monday to Friday, from 7:00 a.m. to 9:00 p.m. Some also open on Saturday mornings. Many post-office agents can be found in major cities. They function just like post offices but are open every day of the week. Some large hotels also have postal service desks that stay open seven days a week.

SIGHTSEEING

NEED TO KNOW

Where's the tourist
information office?
Văn phòng thông tin khách du lịch ở đâu?
van fòg tog tin kák zoo lik ủr doh

What are the
main sights?
Những điểm du lịch chính là gì?
noıorg die-uhm zoo lik chín là gì

Do you offer tours
in English?
Bạn có tour du lịch bằng tiếng Anh không?
ban kó tour zoo lik bag tí-uhg an kog

Can I have a map/
guide?
**Tôi có thể có một tấm bản đồ/tờ hướng
dẫn không?**
*toi kó tẻi kó mot tám bản dò/từ
héw-urg zăn kog*

TOURIST INFORMATION

Do you have
information on…?
Bạn có thông tin gì về … không?
ban kó tog tin gì vè … kog

Can you
recommend…?
Bạn có thể giới thiệu … không?
ban kó tẻ júr-i ti-yoh … kog

a bus tour	**chuyến du lịch bằng xe buýt**
	choo-ín zoo lik bag se bóo-yit
an excursion to…	**chuyến tham quan**
	choo-ín tam kwan
a tour of…	**chuyến du lịch của…**
	choo-ín zoo lik kỏo-a…

For Asking Directions, see page 63.

ON TOUR

I'd like to go on the excursion to…	**Tôi muốn chuyến tham quan đến…**
	toi móorn chóo-in tam kwan dén…
When's the next tour?	**Khi nào có tour tiếp theo?**
	ki nào kó tour tí-uhp teh-ao
Are there tours in English?	**Tour này bằng tiếng Anh phải không?**
	tour này bag tí-uhg an fải kog
Is there an English guide book/ audio guide?	**Có sách/ghi âm hướng dẫn bằng tiếng Anh không?**
	kó shák/gi am bàg tí-uhg an kog
What time do we leave?	**Chuyến đi bắt đầu lúc mấy giờ?**
	choo-ín di bát dòh lóok máy jùr
What time do we return?	**Chúng ta quay về lúc mấy giờ?**
	chóog ta kway về lóok máy jùr

We'd like to see…	**Chúng tôi muốn xem…**
	chóog toi móorn sem…
Can we stop here …?	**Chúng tôi có thể dừng ở đây … không?**
	chóog toi kó tẻ zòorg ử day … kog
to take photographs	**để chụp ảnh**
	dẻ choop ản
to buy souvenirs	**để mua quà lưu niệm**
	dẻ moo-a kwà lur-ew ni-uhm
to use the bathrooms	**để đi vệ sinh**
	dẻ di ve shin [toilets]
Is it disabled-accessible?	**Có lối vào cho người tàn tật không?**
	kó ló-i và-o cho gềw-ur-i tàn tat kog

For Tickets, see page 43.

SEEING THE SIGHTS

Where's…?	**… ở đâu?** …
	ử doh
battleground	**chiến trường**
	chí-uhn trèw-urg
botanical garden	**vườn bách thảo**
	vềw-urn bák tả-o
castle	**lâu đài**
	loh dà-i

the downtown area	**khu buôn bán** *koo boorn bán*
the fountain	**vòi phun nước** *vò-i foon new-úrk*
the market	**chợ** *chur*
the monastery (Buddhist/Taoist)	**tu viện (đạo Phật/đạo Lão)** *too vi-uhn (dao fat/dao lã-o)*
museum	**bảo tàng** *bả-o tàg*
old town	**phố cổ** *fó kỏ*
opera house	**nhà hát lớn** *nà hát lúrn*
palace	**cung điện** *koog di-uhn*
park	**công viên** *kog vi-uhn*
parliament building	**tòa nhà quốc hội** *twà nà kwók hoi*
ruins	**tàn tích** *tàn tík*
shopping area	**khu mua sắm** *koo moo-a shám*

the town square	**quảng trường thành phố**	
	kwảg trèw-urg tàn fó	
It's …	**Thật**	
	tat	
amazing	**ngạc nhiên**	
	gak ni-uhn	
beautiful	**đẹp**	
	dep	
boring	**chán**	
	chán	
interesting	**thú vị**	
	tóo vi	
magnificent	**tráng lệ/tuyệt diệu**	
	trág le/too-yit zi-yoh	
romantic	**lãng mạn**	
	lãg man	
strange	**lạ**	
	la	
terrible	**khủng khiếp**	
	kỏog kí-uhp	
ugly	**xấu**	
	sóh	
I like/don't like it.	**Tôi thích/không thích nó.**	
	toi tík/kog tík no	

Can you show me on the map?	**Bạn có thể chỉ vị trí của tôi trên bản đồ không?** *ban kó tẻ chỉ vi trí kỏo-a toi tren bản dò kog*

RELIGIOUS SITES

Where's...?	**... ở đâu?** ... *ử doh*
the Catholic/ Protestant church	**nhà thờ Công Giáo/đạo Tin lành** *nà tùr kog zá-o/dao tin làn*
the monastery (Buddhist/Taoist)	**tu viện (đạo Phật/đạo Lão)** *too vi-uhn (dao fat/dao lã-o)*
the mosque	**nhà thờ Hồi giáo** *nà tùr hòi zá-o*
the shrine	**miếu thờ** *mí-yoh tùr*
the synagogue	**giáo đường Do thái** *zá-o dèw-urg zo tá-i*
the temple service	**đền thờ** *dèn tùr*

ACTIVITIES

SHOPPING   104
SPORT & LEISURE   130
TRAVELING WITH CHILDREN   137

SHOPPING

NEED TO KNOW

Where's the market/mall?	**Siêu thị/trung tâm thương mại ở đâu?** *shi-yoh ti/troog tam tew-urg mai ử doh*
I'm just looking.	**Tôi chỉ nhìn qua.** *toi chỉ nìn kwa*
Can you help me?	**Bạn có thể giúp tôi không?** *ban kó tẻ jóop toi kog*
I'm being helped.	**Tôi đang được giúp đỡ.** *toi dag dew-urk jóop dữr*
How much?	**Bao nhiêu tiền?** *bao ni-yoh tì-uhn*
That one, please.	**Làm ơn lấy cái đó.** *làm ur-n lấy kái dó*
That's all.	**Chỉ thế thôi.** *chỉ téi toi*
Where can I pay?	**Tôi thanh toán ở đâu?** *toi tan twán ử doh*
I'll pay in cash.	**Tôi sẽ trả bằng tiền mặt.** *toi shẽ trả bàg tì-uhn mat*
I'll pay by credit card.	**Tôi sẽ trả bằng thẻ tín dụng.** *toi shẽ trả bàg tẻ tín zoog*
A receipt, please.	**Vui lòng cho tôi biên lai.** *voo-i lòg cho toi bi-uhn lai*

AT THE SHOPS

Where's...?	**... ở đâu?** ... *ử doh*
antique store	**cửa hàng đồ cổ** *kử-a hàng dò kỏ*
bakery	**hiệu bánh mì** *hi-yoh bán mì*
bank	**ngân hàng** *gan hàg*
bookstore	**hiệu sách** *hi-yoh shák*
the clothing store	**cửa hàng quần áo** *kử-a hàg kwàn ao*
the delicatessen	**cửa hàng chế biến sẵn** *kử-a hàag ché bí-uhn shān*
the department store	**cửa hàng bách hóa** *kử-a hàg bák hwá*
the gift shop	**cửa hàng quà tặng** *kử-a hàg kwà tag*
the health food store	**cửa hàng thực phẩm sạch** *kử-a hàg toork fẩm shak*
jeweler	**cửa hàng đá quý** *kử-a hàg dá kwí*

liquor store	**cửa hàng bán rượu**
[off-licence]	*kửr-a hàng bán rew-uru*
market	**chợ**
	kur
the music store	**cửa hàng âm nhạc**
	kửr-a hầg am nak
the pastry shop	**hiệu bánh ngọt**
	hi-yoh bán got
the pharmacy	**nhà thuốc**
	nà tóork
the produce	**hiệu tạp phẩm**
[grocery] store	*hi-yoh tap fẩm*

YOU MAY SEE...

mở cửa/đóng cửa	open/closed
mửr kửr-a/dóg kar-a	
đóng cửa nghỉ trưa	closed for lunch
dóg kửr-a gỉ trur-a	
phòng thử đồ	fitting room
fòg tỏor dò	
quầy thu ngân	cashier
kwày tu gan	
trả bằng tiền mặt	cash only
trả bàg tì-uhn mat	
chấp nhận thẻ tín dụng	credit cards
cháp nan tẻ tín zoog	accepted
giờ kinh doanh	business hours
jừr kin zwan	
lối ra	exit
lói ra	

the shoe store	**hiệu giày**
	hi-yoh zày
the shopping mall	**trung tâm thương mại**
	troog tam tew-urg mai
the souvenir store	**cửa hàng lưu niệm**
	kửr-a hàng lur-ew ni-uhm
the supermarket	**siêu thị**
	shi-yoh ti
the tobacconist	**quầy bán thuốc lá**
	kwày bán tóork lá
the toy store	**cửa hàng đồ chơi**
	kửr-a hàng dò chur-i

ASK AN ASSISTANT

When do you open/close?	**Cửa hàng mở/đóng cửa khi nào?**
	kửr-a hàng mửr/dóg kửr-a ki nào
Where's...?	**... ở đâu?**
	... ửr doh
the cashier	**Quầy thu ngân**
	kwày tu gan
the escalator	**Thang cuốn**
	tag kóorn

the elevator [lift]	**Thang máy [cầu thang máy]**	
	tag máy [kòh tag máy]	
the fitting room	**Phòng thử đồ**	
	fòg tỏor dò	
the store directory	**Danh bạ cửa hàng**	
	zan ba kử-a hàng	
Can you help me?	**Bạn có thể giúp tôi không?**	
	ban kó tẻi jóop toi kog	
I'm just looking.	**Tôi chỉ xem thôi.**	
	toi chỉ sem toi	
I'm being helped.	**Tôi đang được giúp đỡ.**	
	toi dag dew-urk jóop dữr	
Do you have…?	**Bạn có… không?**	
	ban kó… kog	
Can you show me…?	**Bạn có thể cho tôi xem … ?**	
	ban kó tẻ cho toi sem …	
Can you ship/ wrap it?	**Bạn có thể chuyển/gói nó không?**	
	ban kó tẻi chỏo-in/gói nó kog	
How much?	**Bao nhiêu tiền?**	
	bao ni-yoh tì-uhn	
That's all.	**Chỉ thế thôi.**	
	chỉ téi toi	

For Souvenirs, see page 126.

YOU MAY HEAR...

Tôi có thể giúp gì cho bạn không?
Toi kó tẻi jóop jì cho bạn kog?
Can I help you?

Một lúc nữa.
Mọt lóok nữr-a.
One moment.

Bạn muốn gì?
Bạn móorn jì?
What would you like?

Còn gì nữa không?
Kòn jìnữr-a kog?
Anything else?

PERSONAL PREFERENCES

I'd like something...	**Tôi muốn vài thứ...**
	toi móorn vài túr...
cheap/expensive	**rẻ/đắt**
	rẻ/dát
larger/smaller	**lớn hơn/nhỏ hơn**
	lứr-n hur-n/nỏ hur-n
from this region	**từ vùng này**
	tòor vòong này

Around….	**Quanh …**
	kwan…
Is it real?	**Cái này thật không?**
	kái này tat kog
Can you show me this/that?	**Bạn có thể cho tôi xem cái này/cái kia?**
	ban kó tẻi cho toi sem kái này/kái kia
That's not quite what I want.	**Nó không giống cái tôi muốn lắm.**
	nó kog jóg kái toi móorn lám
No, I don't like it.	**Không, tôi không thích nó.**
	kog, toi kog móorn nó
It's too expensive.	**Đắt quá.**
	dát kwá
I have to think about it.	**Tôi phải suy nghĩ thêm.**
	toi fải shoo-i nỉ tem
I'll take it.	**Tôi sẽ lấy nó.**
	toi shẽ láy nó

PAYING & BARGAINING

How much?	**Bao nhiêu tiền?**
	bao ni-yoh tỉ-uhn
I'll pay…	**Tôi sẽ trả …**
	toi shẽ trả …

in cash	**bằng tiền mặt**
	bàg tì-uhn mat
by credit card	**bằng thẻ tín dụng**
	bàg tẻ tín zoog
by traveler's cheque	**bằng séc du lịch**
	bàg sék zoo lik
A receipt, please.	**Vui lòng cho tôi biên lai.**
	voo-i lòg cho toi bi-uhn lai
That's too much.	**Nhiều quá**
	nì-yoh kwá
I'll give you…	**Tôi sẽ cho bạn…**
	toi shẽ cho ban…
I have only…euros.	**Tôi chỉ có … euro.**
	toi chỉ kó … ur-ro
Is that your best price?	**Giá tốt nhất rồi à?**
	já tót nhát ròi à
Can you give me a discount?	**Bạn có thể giảm giá cho tôi không?**
	ban kó tẻi jảm já cho toi kog

For Numbers, see page 18.

YOU MAY HEAR...

Bạn trả bằng cách nào?	How are
ban trả bàg kák nào	you paying?
Thẻ tín dụng của bạn không được	Your credit card
chấp nhận.	has been
tẻ tín zoog kỏo-a ban kog dew-urk	declined.
cháp nan	
Vui lòng cho xem giấy tờ.	ID, please.
voo-i lòg cho sem jáy từ	
Chúng thôi không chấp nhận thẻ tín dụng.	We don't accept
chóog toi kog cháp nan tẻ tín zoog	credit cards.
Vui lòng chỉ đưa tiền mặt.	Cash only,
voo-i lòg chỉ dur-a tì-uhn mat	please.

MAKING A COMPLAINT

I'd like...	**Tôi muốn...**
	toi móorn ...
to exchange this	**đổi cái này**
	dỏi kái này
a refund	**hoàn lại**
	hwàn lai
to see the	**gặp quản lý**
manager	*gap kwản lí*

SERVICES

Can you	**Bạn có thể giới thiệu ...?**
recommend...?	*ban kó tẻi júr-i ti-yoh ...*
a barber	**cắt tóc**
	kát tók

a dry cleaner	**giặt khô**	
	zat ko	
a hairstylist	**làm đầu**	
	làm dòh	
a Laundromat	**giặt tự động**	
[launderette]	*zat toor dog*	
a nail salon	**tiệm làm móng**	
	ti-uhm làm móg	
a spa	**spa**	
	spa	
a travel agency	**đại lý du lịch**	
	dai lí zoo lik	
Can you…this?	**Bạn có thể…cái này?**	
	ban kó tẻi… kái này	
alter	**thay**	
	tay	
clean	**làm sạch**	
	làm shak	
fix	**sửa**	
	shửr-a	
press	**nhấn**	
	nán	
When will it be ready?	**Khi nào thì có?**	
	ki nào tì kó	

HAIR & BEAUTY

I'd like…	**Tôi muốn …** *toi móorn …*
an appointment for today/tomorrow	**một cuộc hẹn vào hôm nay/ngày mai** *mot koork hen vào hom nay/gày mai*
some color/ highlights	**nhuộm/highlight** *noorm/highlight*
my hair styled/ blow-dried	**tạo kiểu/sấy tóc** *tạo kỉ-yoh/sháy tók*
a haircut	**cắt tóc** *kát tók*
an eyebrow/ bikini wax	**cạo chân mày/vùng kín** *kạo chan mày/vòog kín*
a facial	**xoa bóp mặt** *swa bóp mat*
a manicure/ pedicure	**làm móng tay/móng chân** *làm móg tay/móg chan*
a (sports) massage	**mát-xa (thể thao)** *mat-sa (tẻi tao)*
A trim, please.	**cắt tóc** *kát tók*
Not too short.	**Đừng cắt quá ngắn.** *dòorg kát kwá gán*
Shorter here.	**Chỗ này ngắn hơn.** *chõ này gán hur-n*

Do you offer...?	**Bạn có...không?**
	ban kó ... kog
acupuncture	**châm cứu**
	cham kứr-ew
aromatherapy	**xoa bóp với dầu thơm**
	swa bóp vứr-i zòh turm
oxygen	**oxi**
	oxi
a sauna	**tắm hơi**
	tám hor-i

ANTIQUES

How old is it?	**Cái này bao nhiêu năm tuổi?**
	kái này bao ni-yoh nam tỏori
Do you have anything from the... period?	**Bạn có món gì từ giai đoạn... ?**
	ban kó món jì tòor jai dwan...
Do I have to fill out any forms?	**Tôi có cần điền mẫu đơn nào không?**
	toi kó kàn dì-uhn vào mõh dur-n nào kog
Is there a certificate of authenticity?	**Có chứng nhận xác thực không?**
	kó chóorg nan sák tur-k kog
Can you ship/wrap it?	**Bạn có thể chuyển/gói nó không**
	ban kó tẻi chỏo-in/gói nó kog

CLOTHING

(i)

You will find all kinds of clothing at reasonable prices
for sale in clothing stores, street markets (be prepared to
bargain!) and local department stores. In **Ho Chi Minh city**
and in some areas of **Ha Noi**, you can easily spot strings of
chic and trendy shops that sell brand names and apparel from
international designers.
For traditional, ethnic items, visit the local villages.

I'd like…	**Tôi muốn …**
	toi móorn …
Can I try this on?	**Tôi có thể thử không?**
	toi kó tẻ tỏor kog
It doesn't fit.	**Nó không vừa.**
	nó kog vừr-a
It's too…	**Nó qua …**
	nó kwá
big/small	**lớn/nhỏ**
	lứr-n/n

short/long	**ngắn/dài**
	gán/zài
tight/loose	**chật/lỏng**
	chạt/lổg
Do you have this in size…?	**Bạn có muốn cái này kích thước … không?**
	ban kó móorn ká-i này kík téw-urk … kog
Do you have this in a bigger/smaller size?	**Bạn có cỡ lớn hơn/nhỏ hơn không?**
	ban kó kữ lứr-n hur-n/nỏ hur-n kog

For Numbers, see page 18.

YOU MAY HEAR…

Nó hợp với bạn lắm.	That looks
Nó hur-p vứr-i ban lám.	great on you.
Vừa không?	How does it fit?
Vừr-a kog?	
Chúng tôi không có cỡ của bạn.	We don't have
Chóog toi kog kó kữ kỏo-a ban.	your size.

COLORS

I'd like something…	**Tôi đang tìm cái có màu …**
	toi dag tìm ká-i kó mà-oo …
beige	**be**
	be
black	**đen**
	den
blue	**xanh**
	san
brown	**nâu**
	noh

green	**lục**
	look
gray	**xám**
	sám
orange	**vàng cam**
	vàg kam
pink	**hồng**
	hòg
purple	**tím**
	tím
red	**đỏ**
	dỏ
white	**trắng**
	trag
yellow	**vàng**
	vàg

CLOTHES & ACCESSORIES

YOU MAY SEE...

Y PHỤC NAM	men's clothing
Y PHỤC NỮ	women's clothing
TRANG PHỤC TRẺ EM	children's clothing

a backpack	**ba lô**	
	ba lo	
belt	**thắt lưng**	
	tát loorg	
bikini	**áo tắm hai mảnh**	
	á-o tám hai mản	
blouse	**áo cánh**	
	á-o kán	
bra	**áo ngực**	
	á-o goork	
briefs	**quần bó**	
	kwàn bó	
coat	**áo choàng**	
	á-o kwàg	
dress	**áo váy**	
	á-o váy	
hat	**mui**	
	moio	
jacket	**áo vét**	
	á-o vét	
jeans	**quần jean**	
	kwàn jean	
pyjamas	**đồ ngủ**	
	dò gủ	

pants [trousers]	**quần lót**
	kwàn lót
pantyhose [tights]	**áo nịt**
	á-o nit
a purse [handbag]	**túi xách tay**
	tóo-i sák tay
a raincoat	**áo mưa**
	á-o mur-a
scarf	**khăn quàng cổ**
	kan kwàg k
a shirt	**áo sơ mi**
	á-o shur mi
shorts	**quần đùi**
	kwàn dòo-i
skirt	**váy**
	váy
socks	**tất ngắn**
	tát gán
stockings	**tất dài**
	tát zài
suit	**com lê**
	kom le

sweater	**áo len**
	á-o len
sweatshirt	**áo vệ sinh**
	á-o ve shin
swimming trunks	**áo bơi á-o**
	bur-i swimsuit
T-shirt	**áo phông**
	á-o fog
tie	**cà vạt**
	kà vat
underpants	**quần lót**
	kwàn lót

FABRIC

I'd like…bàg…	**Tôi muốn thứ làm bằng…**
	toi móorn tóor làm
cotton	**vải bông**
	vải bog
denim	**vải bông chéo**
	vải bog kéh-ao

lace	**ren**
	ren
leather	**da**
	za
linen	**vải lanh**
	vải lan
silk	**tơ tằm**
	tur tàm
wool	**len**
	len
Is it machine washable?	**Có thể giặt máy?**
	kó tẻ jat máy

SHOES

I'd like…	**Tôi muốn…**
	toi móorn…
high-heels/flats	**giày cao gót/đế bằng**
	jày kao gót/dé bàg
boots	**ủng**
	óog
flip-flops	**dép tông**
	zép tog
loafers	**giày da**
	jày za
sandals	**dép/xăng-đan**
	zép/sag-dan
shoes	**giầy**
	jày
slippers	**dép lê**
	zép le
sneakers	**giày đế mềm**
	jày dé mèm

| Size... | **Cỡ...** |
| | *kữr* |

For Numbers, see page 18.

SIZES

small (S)	**nhỏ**
	nỏ
medium (M)	**trung bình**
	troog bìn
large (L)	**rộng**
	rog
extra large (XL)	**quá rộng**
	kwá rog
petite	**nhỏ nhắn**
	nỏ nán
plus size	**cỡ lớn hơn**
	kữr lứr-n hur-n

(i)

Clothing sizes in Vietnam do not correspond to those in the West. In places where clothes are made for export, you will find sizes given as small, medium, large and extra large. However, you may find that the sizes are of a smaller cut than you would find at home. Vietnamese measurements combine two factors: height and chest dimensions. For example, a jacket may be sized at 165-88, i.e., for a person 1.65 m tall with an 88 cm chest. When buying shoes, the safest bet is to try them on, provided you can find a pair large enough as a U.S. 9/U.K. 7 is considered big.

NEWSAGENT & TOBACCONIST

Do you sell English-language newspapers?	**Bạn có bán báo viết bằng tiếng Anh không?** *ban kó bán báo bàg tí-uhg an kog*
I'd like…	**Tôi muốn…** *toi móorn …*
candy [sweets]	**kẹo** *keh-ao*
chewing gum	**kẹo cao su** *keh-ao kao shoo*
a chocolate bar	**thanh sô-cô-la** *tan sho-ko-la*
a cigar	**xì-gà** *sì-gà*
a pack/carton of cigarettes	**một gói/hộp thuốc** *mot gói/hop tóork lá*
a lighter	**hộp quẹt** *hop kwet*
a magazine	**tạp chí** *tạp chí*

matches	**diêm**
	zi-uhm
a newspaper	**báo**
	báo
a pen	**bút**
	bóot
a postcard	**bưu thiếp**
	bur-ew tí-uhp
a road/town map of...	**bản đồ đường/thành phố của...**
	bản dò dèw-urg/tàn fó kỏo-a...
stamps	**tem**
	tem

PHOTOGRAPHY

'd like...camera.	**Tôi muốn máy ảnh...**
	toi móorn máy ản...
an automatic	**tự động**
	toor dog
a digital	**kỹ thuật số**
	kĩ too-uh shó
a disposable	**dùng một lần**
	dòog mot làn

I'd like…	**Tôi muốn…**
	toi móorn …
a battery	**pin**
	pin
digital prints	**in kỹ thuật số**
	in kĩ too-uh shó
a memory card	**thẻ nhớ**
	tẻ núr
Can I print digital photos here?	**Tôi có thể in ảnh kỹ thuật số ở đây không?**
	toi kó tẻi in ản kĩ too-uh shó ửr day kog

SOUVENIRS

a bottle of wine	**chai rượu**
	chai rew-uru
a box of chocolates	**hộp sô-cô-la**
	hop shokola
some crystal	**pha lê**
	fa lei
a doll	**búp bê**
	bóop bei
some jewelry	**trang sức**
	trag shúr-k

a key ring	**móc khóa**
	mók kwá
a postcard	**bưu thiếp**
	bur-ew tí-uhp
some pottery	**đồ gốm**
	dò góm
a T-shirt	**áo thun**
	áo toon
a toy	**đồ chơi**
	dò chur-i
Can I see this/that?	**Tôi có thể xem cái này/cái kia không?**
	toi kó tẻi sem kái nà/kái kia kog
I'd like…	**Tôi muốn…**
	toi móorn…
a battery	**pin**
	pin
a bracelet	**vòng tay**
	vòg tay
a brooch	**trâm cài áo**
	tram kài áo
a clock	**đồng hồ**
	dòg hò
earrings	**bông tai**
	bog tai

a necklace	**dây chuyền**
	day chòo-in
a ring	**nhẫn**
	nãn
a watch	**đồng hồ đeo tay**
	dòng hò deh-ao tay
I'd like…	**Tôi muốn…**
	toi móorn…
copper	**đồng**
	dòng
crystal	**pha lê**
	fa lei
diamonds	**kim cương**
	kim kew-urg
white/yellow gold	**vàng/vàng trắng**
	vàg/vàg trág
pearls	**ngọc trai**
	nok trai
pewter	**hợp kim thép**
	hur-p kim tép
platinum	**bạch kim**
	bak kim
sterling silver	**bạc chất lượng cao**
	chát lew-urg kao

Is this real?	**Cái này thật không?**
	kái này tat kog
Can you engrave it?	**Bạn có thể khắc nó không?**
	ban kó t i khak nó kog

Examples of the souvenirs that you can find in
Vietnam include: antiques, bamboo products, carpets and
rugs, fans, fabrics, furniture, china, jade, jewelry, kites,
tea, ginseng, woks and other Vietnamese kitchen utensils.
Sought-after items in Ho Chi Minh city include photography
equipment, electronic goods, watches and regional
handmade crafts and accessories.

SPORT & LEISURE

NEED TO KNOW

When's the game?	**Khi nào trận đấu bắt đầu?**
	ki nào tran dóh bat dòh
Where's…?	**…ở đâu?**
	… ửr doh
the beach	**bãi biển**
	bãi bỉ-uhn
the park	**công viên**
	cog vi-uhn
the pool	**hồ bơi**
	hồ bur-i
Is it safe to swim here?	**Bơi ở đây có an toàn không?**
	bur-i ửr day kó an twàn kog
Can I hire clubs?	**Tôi có thể thuê gậy không?**
	toi kó tểi thoo-ei gay kog
How much per hour/day?	**Bao nhiêu mỗi giờ/ngày?**
	bao ni-yoh mõi mot jừr/gày
How far is it to…?	**Đến…cách bao xa?**
	dén…kák bao sa
Show me on the map, please.	**Xin chỉ cho tôi trên bản đồ.**
	sin chỉ cho toi tren bản dò

WATCHING SPORT

When's…(game/ race/tournament)?	**Khi nào… (trận đấu/đua/giải đấu)…**
	ki nào… (tran dóh/doo-a/jải dóh)
the baseball	**bóng chày**
	bóg chày
the basketball	**bóng rổ**
	bóg rỏ

the boxing	**đấm bốc**
	dám bốk
the cricket	**cri-kê**
	cri-kei
the cycling	**đạp xe**
	dap se
the golf	**chơi gôn**
	chur-i gon
the soccer [football]	**bóng đá**
	bóg dá
tennis	**quần vợt**
	kwần vurt
volleyball	**bóng chuyền**
	bóg choo-ìn
Who's playing?	**Đội nào đang chơi?**
	doi nà-o dag chur-i
Where's the racetrack/ stadium?	**Trường đua ngựa/nhà thi đấu ở đâu?**
	trèw-urg doo-a gur-a/nà ti dóh ủr doh
Where can I place a bet?	**Tôi có thể cá cược ở đâu?**
	toi kó tẻ ká kew-urk ủr doh heht staa•dee•yohn

The most popular game in Vietnam is soccer. Other popular sports include table tennis, badminton, tennis, volleyball and basketball. Other sports like dragon boating and buffalo fights are held during special occasions. The graceful martial art **Taiji** with its slow, circular, fluid movements may be witnessed in the parks at dawn.

PLAYING SPORT

Where is/are…?	**…ở đâu?** …	
	ử doh	
the golf course	**sân gôn**	
	shan gon	
the gym	**phòng tập**	
	fòg tap	
the park	**công viên**	
	cog vi-uhn	
the tennis courts	**sân tennis**	
	shan tennis	
How much per…?	**Bao nhiêu mỗi…?**	
	bao ni-yoh mỗi…	
day	**ngày**	
	gày	
hour	**giờ**	
	jừr	
game	**trận đấu**	
	tran dóh	
round	**lượt**	
	lew-urt	
Can I rent [hire]…?	**Tôi có thể mượn [thuê]… ?**	
	toi kó tẻi mew-urn [thoo-ei]…	

some clubs	**vài cây gậy**
	vài kay gay
some equipment	**vài dụng cụ**
	vài zoog koo
a racket	**vợt**
	vur-t

AT THE BEACH/POOL

Where's the beach/ pool?	**Bãi biển/hồ bơi ở đâu?**
	bãi bỉ-uhn/hò bur-i ử doh
Is there a...?	**Có ... không ?**
	kó... kog
kiddie pool	**bể bơi trẻ em**
	bể bur-i trẻ em
indoor/outdoor pool	**bể bơi trong nhà/ngoài trời**
	bể bur-i trog nà/nwài trừr-i
lifeguard	**nhân viên cứu hộ**
	nan vi-uhn kur-ew ho
Is it safe...?	**Có an toàn... không?**
	kó an twàn... kog
to swim	**để bơi**
	dề bur-i
to dive	**để lặn**
	dề lan
for children	**cho trẻ em**
	cho trẻ em
I'd like to hire...	**Tôi muốn thuê...toi**
	móorn thoo-ei ...
a deck chair	**ghế bố**
	gé bó
diving equipment	**dụng cụ lặn**
	doog koo lan
a jet ski	**ván trượt**
	ván trew-urt
a motorboat	**xuồng máy**
	sòorg máy

a rowboat	**thuyền có mái chèo**
	too-in kó mái chèh-ao
snorkeling	**ống thở khi bơi**
	óg tửr ki bur-i
a surfboard	**ván lướt sóng**
	ván léw-urt shóg
a towel	**khăn tắm**
	kan tám
an umbrella	**dù**
	zòo
water skis	**ván lướt nước**
	ván léw-urt new-úrk
a windsurfing	**ván lướt buồm**
board	*ván léw-urt bòorm*
For...hours.	**Trong ... giờ.**
	trog ... jùr

(i)

The best time for swimming is from May to early July.
Vietnam has numerous beaches patrolled by lifeguards. The
beaches here are often uncrowded during the week, but
become extremely busy on weekends and holidays.

OUT IN THE COUNTRY

A map of..., please.	**Bản đồ của...**
	bản dò kỏoa...
this region	**vùng này**
	vòog này
the walking routes	**lộ trình đi bộ**
	lo trìn di bo
the bike routes	**lộ trình đi xe đạp**
	lo trìn di se dap
the trails	**đường mòn**
	dèw-urg mòn

Is it...?	**Nó có ... không?**
	nó kó... kog
easy	**dễ**
	zễi
difficult	**khó**
	kó
far	**xa**
	sa
steep	**dốc**
	dók
How far is it to...?	**Đến...cách bao xa?**
	dén...kák bao sa
I'm lost.	**Tôi bị lạc.**
	toi bi lak
Where's...?	**...ở đâu?**
	... ửr doh
bridge	**cây cầu**
	kay kòh
cave	**hang động**
	hag dog
the farm	**nông trang**
	nog trag
the field	**cánh đồng**
	kán dòg

forest	**rừng**	
	ròorg	
hill	**đồi**	
	dòi	
lake	**hồ**	
	hò	
mountain	**núi**	
	nóo-i	
nature reserve	**khu bảo tồn tự nhiên**	
	koo bả-o tòn toor ni-uhn	
the viewpoint	**toàn cảnh**	
	twàn kản	
the park	**công viên**	
	kog vi-uhn	
the path	**đường nhỏ**	
	dèw-urg nỏ	
the peak	**đỉnh**	
	dỉn	
picnic area	**khu dã ngoại**	
	koo zã gwai	
pond	**ao**	
	ao	
river	**sông**	
	shog	
sea	**biển**	
	bỉ-uhn	

the (hot) spring	**suối (nước nóng)**
	shóor-i (new-úrk nóg)
stream	**suối**
	shóor-i
valley	**thung lung**
	toog loiog
the vineyard	**vườn nho**
	vèw-urn no
the waterfall	**thác**
	ták

For Asking Directions, see page 63.

TRAVELING WITH CHILDREN

NEED TO KNOW

Is there a discount for kids?	**Có giảm giá cho trẻ em không?**
	kó jảm já cho trẻ em kog
Can you recommend a babysitter?	**Bạn có thể giới thiệu người trông trẻ không?**
	ban kó tẻi júr-i ti-yoh gèw-ur-i trog trẻ kog
Do you have a child's seat/highchair?	**Chúng tôi muốn một ghế/ghế cao cho trẻ em?**
	kóog toi móorn mot gé/gé kao cho trẻ em
Where can I change the baby?	**Tôi có thể thay quần áo cho con tôi ở đâu?**
	toi kó tẻ tay kwàn á-o cho kon toi ửr doh

OUT & ABOUT

Can you recommend something for kids?	**Bạn có thể giới thiệu hàng cho trẻ em không?**
	ban kó tểi júr-i ti-yoh hàng cho tr em kog
Where's…?	**… ở đâu?** …
	Ửr doh
the amusement park	**công viên giải trí**
	kog vi-uhn jải trí
the arcade	**khu trò chơi**
	koo trò chur-i
the kiddie [paddling] pool	**bể bơi trẻ em**
	bểi bur-i trẻ em
the park	**ông viên**
	kog vi-uhn
the playground	**khu vui chơi**
	koo voo-i chur-i
the zoo	**sở thú**
	shửr tóo
Are kids allowed?	**Trẻ em có được vào không?**
	trẻ em kó dew-urk vào kog
Is it safe for kids?	**Có an toàn cho trẻ em không?**
	kó an twàn cho trẻ em kog

Is it suitable for… year olds?	**Có phù hợp cho trẻ… tuổi không?**
	kó fòo hur-p cho trẻ… tỏori kog

For Numbers, see page 18.

YOU MAY HEAR…

Dễ thương quá!	How cute!
zễi tew-urg kwá	
Tên cậu bé/cô bé là gì?	What's his/her name?
ten koh bé/ko bé là jì	
Cậu bé/cô bé bao nhiêu tuổi?	How old is he/she?
koh bé/ko bé bao ni-yoh tỏori	

BABY ESSENTIALS

Do you have…?	**Bạn có… ?**
	ban kó…
a baby bottle	**Bình sữa**
	bìn sửr-a
baby food	**thức ăn em bé**
	túr-k an em bé
baby wipes	**tã em bé**
	tã em bé
a car seat	**ghế ngồi trong**
	xe gé nòi trog se
a children's menu/ portion	**thực đơn/khẩu phần ăn cho trẻ em**
	tur-k dur-n/kỏh fàn cho trẻ em
a child's seat/ highchair	**ghế/ghế cao cho trẻ em**
	gé/gé kao cho trẻ em
a crib/cot	**Nôi/giường cũi cho trẻ em**
	noi/jew-urg kõo-i cho trẻ em
diapers [nappies]	**tã giấy**
	tã jáy

formula	**sữa bột**	
	sữr-a bot	
a pacifier [dummy]	**ti [núm vú]**	
	ti [nóom vóo]	
a playpen	**xe củi đẩy**	
	se kōo-i dảy	
a stroller	**xe đẩy [ghế đẩy]**	
[pushchair]	*se dảy [gé dảy]*	
Can I breastfeed the baby here?	**Tôi có thể cho con bú ở đây không?**	
	toi kó tẻ cho kon bóo ửr day kog	
Where can I breastfeed the baby?	**Tôi có thể cho con tôi bú ở đâu?**	
	toi kó tẻ cho kon toi bóo ửr doh	
Where can I change the baby?	**Tôi có thể thay quần áo cho con tôi ở đâu?**	
	toi kó tẻ tay kwàn á-o cho kon toi ửr doh	

For Dining with Children, see page 172.

BABYSITTING

Can you recommend a babysitter?	**Bạn có thể giới thiệu người trông trẻ không?**
	ban kó tẻi júr-i ti-yoh gèw-ur-i trog trẻ kog
How much do you/ they charge?	**Bạn/họ tính bao nhiêu tiền?**
	ban/ho tín bao ni-yoh tì-uhn

I'll be back by…	**Tôi sẽ trở về trước…**
	toi shẽ trửr vèi tréw-urk…
I can be reached at…	**Có thể liên lạc với tôi tại…**
	kó tẻi li-uhn lak vúr-i toi tai…

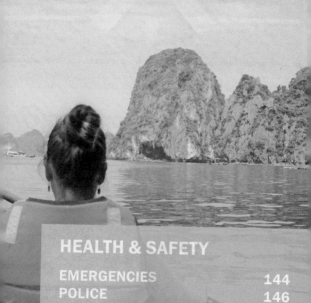

HEALTH & SAFETY

EMERGENCIES	144
POLICE	146
HEALTH	148
PHARMACY	156
DISABLED TRAVELERS	160

EMERGENCIES

NEED TO KNOW

Help!	**Cứu tôi với!** *kúr-ew toi vúr-i*
Go away!	**Tránh ra!** *trán ra*
Stop, thief!	**Ăn cướp, dừng lại!** *sn kéw-urp, zòorg lai*
Get a doctor!	**Gọi bác sĩ!** *goi bák shĩ*
Fire!	**Cháy!** *cháy*
I'm lost.	**Tôi bị lạc.** *toi bi lak*
Can you help me?	**Bạn có thể giúp tôi không?** *ban kó tẻi jóop toi ko*

YOU MAY HEAR...

Xin điền vào mẫu.
sin dì-uhn vào mõh

Vui lòng cho xem giấy tờ.
voo-i lòng cho sem jáy từ

Việc xảy ra khi nào/ở đâu?
vi-uhk sảy ra ki nào/ửr doh

Anh ấy/Cô ấy trông như thế nào?
an áy/Ko áy trog noor téi nào

Fill out
this form.

Your ID, please.

When/Where did it
happen?

What does he/
she look like?

In an emergency, dial:
113 for the police
115 for an ambulance
114 for the fire department

POLICE

NEED TO KNOW

Call the police!	**Gọi cảnh sát!**
	gọi kản shát
Where's the police station?	**Đồn cảnh sát ở đâu?**
	dòn kản shát ửr doh
There was an accident/attack.	**Ở đây có một tai nạn/ẩu đả.**
	ửr day kó mọt ty nạn/ả-oo dả
My child is missing.	**Con tôi bị lạc.**
	kon toi bị lak
I need…	**Tôi cần…**
	toi kàn…
an interpreter	**người phiên dịch…**
	gềw-ur-i fi-uhn zik
to make a phone call.	**gọi điện thoại.**
	gọi di-uhn twai
I'm innocent.	**Tôi vô tội.**
	toi vo toi

CRIME & LOST PROPERTY

I want to report…	**Tôi muốn báo cáo…**
	toi móorn báo káo…
a mugging	**một vụ trấn lột**
	mọt voo trán lọt
a rape	**một vụ cưỡng hiếp**
	mọt voo kẽw-urg hí-uhp
a theft	**một kẻ trộm**
	mọt kẻ trọm
I was mugged.	**Tôi bị trấn lột.**
	toi bị trán lọt

(i)

The police deal with criminal and traffic affairs. Police duties vary depending on the color of the uniform: yellow is worn by traffic police, while green is worn by those tackling criminal issues. The emergency phone number for the police is **113**.

I was robbed.	**Tôi bị cướp.**	
	toi bi kéw-urp	
I lost…	**Tôi mất…**	
	toi mát…	
…was stolen.	**… bị trộm.**	
	… bi trom	
My backpack	**Ba-lô của tôi**	
	ba-lo cỏo-a toi	
My bicycle	**Xe đạp của tôi**	
	se dap kỏo-a toi	
My camera	**Máy ảnh của tôi**	
	máy ản kỏo-a toi	
My (hire) car	**Xe (thuê) của tôi**	
	se (too-ei) kỏo-a toi	
My computer	**Máy tính của tôi**	
	máy tín kỏo-a toi	
My credit card	**Thẻ tín dụng của tôi**	
	tẻ tín zoog kỏo-a toi	
My jewelry	**Trang sức của tôi**	
	tran shúr-k kỏo-a toi	
My money	**Tiền của tôi**	
	tì-uhn kỏo-a toi	
My passport	**Hộ chiếu của tôi**	
	ho chí-yoh kỏo-a toi	
My purse [handbag]	**Túi [giỏ xách] của tôi**	
	tóo-i [jỏ sák] kỏo-a toi	
My traveller's cheques	**Séc du lịch của tôi**	
	shék zoo lik kỏo-a toi	

My wallet	**Ví của tôi**
	ví kỏo-a toi
I need a police report.	**Tôi cần báo cáo của cảnh sát.**
	toi càn báo káo kỏo-a kản shát
Where is the British/American/Irish embassy?	**Đại sứ quán Anh/Mỹ/Ai-len ở đâu?**
	dai shóor kwán an/mĩ/ai-len ử doh

HEALTH

NEED TO KNOW

I'm sick.	**Tôi bị bệnh.**
	toi bi ben
I need an English-speaking doctor.	**Tôi cần một bác sĩ nói tiếng Anh.**
	toi kàn mot bák shĩ nói tí-uhng an
It hurts here.	**Nó đau ở đây.**
	nó da-oo ử day

FINDING A DOCTOR

Can you recommend a doctor/dentist?	**Xin giới thiệu một bác sĩ/nha sĩ?**
	sin júr-i ti-yoh mot bák shĩ/na shĩ
Can the doctor come here?	**Bác sĩ có thể đến đây không?**
	bák shĩ kó tẻi dén day kog
I need an English-speaking doctor.	**Tôi cần một bác sĩ nói tiếng Anh.**
	toi kàn mot bák shĩ nói tí-uhg an
What are the office hours?	**Giờ làm việc ở đây như thế nào?**
	jừ làm vi-uhk ửr day nor téi nào
I'd like an appointment for...	**Tôi cần một cuộc hẹn vào...**
	toi kàn mot koork hen vào...
today	**hôm nay**
	hom nay
tomorrow	**ngày mai**
	này mai
as soon as possible	**ngay khi có thể**
	nay ki kó tẻi
It's urgent.	**Khẩn cấp.**
	kản káp

SYMPTOMS

I'm bleeding.	**Tôi bị chảy máu.**
	toi bi chảy máu
I'm constipated.	**Tôi bị táo bón.**
	toi bi táo bón
I'm dizzy.	**Tôi bị hoa mắt.**
	toi bi hwa mát
I'm nauseous.	**Tôi bị buồn nôn.**
	toi bi bòorn non
I'm vomiting.	**Tôi nôn mửa.**
	toi non mửr-a

It hurts here.	**Đau ở đây.**	
	da-oo ử đay	
I have…	**Tôi bị …**	
	toi bi …	
an allergic reaction	**dị ứng**	
	zi óorg	
chest pain	**đau ngực**	
	dau nur-k	
cramps	**chuột rút**	
	choort róot	
diarrhea	**tiêu chảy**	
	ti-yoh chảy	
an earache	**đau tai**	
	da-oo ta-i	
a fever	**sốt**	
	shót	
a headache	**đau đầu**	
	da-oo dòh	
pain	**đau**	
	dau	
a rash	**phát ban**	
	fát ban	

a sprain	**bong gân**
	bog gan
some swelling	**sưng tấy**
	shoorg táy
a sore throat	**đau họng**
	da-oo hog
a stomachache	**đau dạ dày**
	da-oo za zày
I've been sick for…days.	**Tôi cảm thấy ốm … ngày rồi.**
	toi kảm táy óm … gày ròi

For Numbers, see page 18.

CONDITIONS

I'm…	**Tôi bị…**
	toi bi …
anemic	**thiếu máu**
	tí-yoh má-oo
asthmatic	**hen**
	hen
diabetic	**bệnh đái đường**
	ben dá-i dèw-urg
epileptic	**động kinh**
	dog kin
I'm allergic to	**Tôi dị ứng với**
	toi zi óorg vúr-i
antibiotics/penicillin.	**thuốc kháng sinh/penicillin.**
	tóork kán shin/penicillin
I have…	**Tôi bị…**
	toi bi …
arthritis	**viêm khớp.**
	toi bi vi-uhm kúrp
a heart condition	**vấn đề về tim mạch**
	ván dèi vèi tim mak

high/low blood pressure	**huyết áp cao/thấp** *hóo-yit áp kao/táp*
I'm on…	**Tôi dùng…** *toi dòng…*

TREATMENT

Do I need a prescription/ medicine?	**Tôi có cần một toa thuốc/thuốc?** *toi kó kàn mot twa tóork/tóork*
Can you prescribe a generic drug [unbranded medication]?	**Xin kê cho tôi một loại thuốc theo tên hóa học [thuốc không có nhãn]?** *sin kei cho toi mot lwai tóork* *teh-ao ten hwa hok [tóork kog kó nan]*
Where can I get it?	**Tôi có thể lấy nó ở đâu?** *toi kó tẻi láy nó ửr dau*

For Dietary Requirements, see page 171.

HOSPITAL

Notify my family, please.	**Xin báo cho gia đình tôi.** *sin báo cho ja dìn toi*
I'm in pain.	**Tôi đang bị đau.** *toi dan bi dau*
I need a doctor/ nurse.	**Tôi cần một bác sĩ/y tá.** *toi kàn mot bák shĩ/i tá*
When are visiting hours?	**Khi nào đến giờ thăm bệnh?** *ki nào dén jừr tam ben*
I'm visiting…	**Tôi đang thăm…** *toi dan tam…*

YOU MAY HEAR...

Có chuyện gì vậy?
kó chọo-in jì vay
What's wrong?

Đau ở đâu?
da-oo ủr doh
Where does it hurt?

Có đau ở đây không?
kò da-oo ủr dai kog
Does it hurt here?

Bạn đang uống bất kỳ loại thuốc nào không?
ban dag oèorg bàt kì ̄lwai toork nào kog
Are you on medication?

Bạn có dị ứng với bất kỳ thứ gì không?
ban koè di ừrg voèi bắt ki ̄ từr zi ̄ kog
Are you allergic to anything?

Hãy mở miệng ra.
hãy mửr mi-uhg ra
Open your mouth.

Hãy thở sâu.
hãy tửr soh
Breathe deeply.

Hãy ho ra.
hãy ho ra
Cough, please.

Đến bệnh viện.
dén ben vi-uhn
Go to the hospital.

DENTIST

I have...	**Tôi bị...**
	toi bi...
a broken tooth	**gẫy một cái răng**
	ghãy mot kái rag
a lost filling	**mất trám răng**
	mat tram rag
a toothache	**đau răng**
	da-oo rag
Can you fix this denture?	**Anh có thể sửa cái răng giả này không?**
	an kó tẻi shủr-a kái rag jả này kog

GYNECOLOGIST

I have cramps.	**Tôi bị đau bụng.**
	da-oo boog
I have a vaginal infection.	**Tôi bị nhiễm trùng âm đạo.**
	toi bi nī-uhm tròog am dao
I missed my period.	**Tôi bị trễ kì kinh nguyệt.**
	toi bi trẽ kì kin noo-yit
I'm on the Pill.	**Tôi đang dùng thuốc tránh thai.**
	toi dag zòog tóork trán ta-i
I'm (...months) pregnant.	**Tôi đang mang thai (... tháng).**
	toi dag mag tai (...tág)
I'm not pregnant.	**Tôi không mang thai.**
	toi kog mag tai
My last period was...	**Kì kinh cuối cùng của tôi vào lúc...**
	kì kin kóori koòg kỏo-a toi vào look...

For Numbers, see page 18.

OPTICIAN

lost...	**Tôi mất...**
	Toi mất...
a contact lens	**kính sát tròng**
	kín shát tròg
my glasses	**kính của tôi**
	kín kỏo-a toi
a lens	**kính sát tròng**
	kín shát tròg

PAYMENT & INSURANCE

How much?	**Tôi nợ bạn bao nhiêu?**
	toi nur bao ni-yoh
Can I pay by credit card?	**Tôi có thể trả bằng thẻ tín dụng không?**
	toi kó tẻi trả bàg tẻ tín zoog kog
I have insurance.	**Tôi có bảo hiểm.**
	toi kó bao hi-uhm
I need a receipt for my insurance.	**Tôi có thể lấy biên lai để thanh toán bảo hiểm không?**
	toi kó tẻ láy bi-uhm lai dể tan twán bả-o hỉ-uhm kog

For Money, see page 28.

PHARMACY

NEED TO KNOW

Where's the pharmacy?	**Hiệu thuốc ở đâu?** *hi-yoh tóork ửr doh*
What time does it open/close?	**Mấy giờ mở/đóng cửa?** *máy jừr mửr/dóg kửr-a*
What would you recommend for…?	**Anh đề nghị nên dùng gì cho…?** *an đèi ni nen dòog jì cho…*
How much do I take?	**Tôi dùng bao nhiêu?** *toi dòog bao ni-yoh*
I'm allergic to…	**Tôi dị ứng với…** *toi zi óorg vứr-i…*

Vietnamese pharmacies follow both Western and Eastern concepts of healthcare. There are the usual over-the-counter medicines along with those that are made from exotic herbs and roots. There are also traditional Vietnamese pharmacies. To avoid any unnecessary hassle at customs, make sure all medication is clearly marked and in its original prescription bottle.

WHAT TO TAKE

How much do I take?	**Tôi dùng bao nhiêu?** *toi dòog bao ni-yoh*
How often?	**Bao lâu một lần?** *bao lau mot làn*

Is it safe for children?	**Có an toàn cho trẻ em không?**
	kó an twàn cho trẻ em kog
Are there side effects?	**Có tác dụng phụ không?**
	kó ták joog foo kog
I need something for…	**Tôi cần thuốc cho…**
	toi kàn tóork cho…
a cold	**cảm**
	kảm
a cough	**ho**
	ho
diarrhea	**tiêu chảy**
	ti-yoh chảy
a headache	**đau đầu**
	da-oo dòh
insect bites	**côn trùng**
	cản kon tròog kán

YOU MAY SEE…

mỗi ngày một lần/ba lần	once/three times a day
viên	tablet
thuốc nhỏ	drop
muỗng uống trà	teaspoon
các bữa ăn	…meals
sau	after
trước	before
với	with
khi bụng đói	on an empty stomach
nuốt chửng	swallow whole
có thể gây buồn ngủ	may cause drowsiness
không ăn vào	do not ingest

motion sickness	**say tàu xe**
	shay tà-oo se
a sore throat	**đau họng**
	da-oo hog
sunburn	**cháy nắng**
	cháy nág
a toothache	**đau răng**
	da-oo rag
an upset stomach	**đau bụng**
	da-oo boog

BASIC SUPPLIES

I'd like…	**Tôi muốn…**
	toi móorn
acetaminophen [paracetamol]	**thuốc giảm đau và hạ sốt [paracetamol]**
	tóork jảm da-oo và ha sót [paracetamol]
antiseptic cream	**kem khử trùng**
	kem kỏor tròog
aspirin	**aspirin**
	aspirin
bandages	**băng**
	bag
a comb	**bàn chải**
	bàn chải
condoms	**bao cao su**
	bao kao shoo
contact lens solution	**thuốc nước cho kính sát tròng**
	tóork new-úrk cho kín shát tròg
deodorant	**chất khử mùi**
	chát kỏor mòo-i
a hairbrush	**lược chải tóc**
	lew-urk chải tók
hairspray	**keo xịt tóc**
	keh-ao sit tók
ibuprofen	**ibuprofen**
	ibuprofen

insect repellent	**thuốc giảm sưng tấy do côn trùng**
	tóork jảm shoorg táy zo kon tròog
lotion	**kem dưỡng thể**
	kem zẽw-urg tẻi
a nail file	**cái giũa móng tay**
	kái jõo-a móg tay
a (disposable)	**dao cạo (dùng một lần)**
razor	*jao kao (dòog mot làn)*
razor blades	**lưỡi dao cạo**
	lẽw-ur-i jao kao
sanitary napkins	**băng vệ sinh [băng]**
[pads]	*bag vei shin [bag]*
shampoo/	**dầu gội/dầu xả**
conditioner	*jòh goi/jòh sả*
soap	**xà phòng**
	sà fòg
sunscreen	**kem chống nắng**
	kem chóg nág
tampons	**băng vệ sinh dạng que**
	bag vei shin zag kwe
tissues	**khăn giấy**
	kan jáy
toilet paper	**giấy vệ sinh**
	jáy vei shin
toothpaste	**kem đánh răng**
	kem dán rag

For Baby Essentials, see page 139.

CHILD HEALTH & EMERGENCY

Can you recommend a pediatrician?	**Bạn có thể giới thiệu một bác sĩ nhi khoa không?**
	ban kó tẻi júr-i ti-yoh mot bák shĩ ni kwa kog
My child is allergic to…	**Con tôi dị ứng với…**
	kon toi zi óorg vur-i…

My child is missing.	**Con tôi bị lạc.**
	kon toi bi lak
Have you seen a boy/girl?	**Bạn có thấy một bé trai/bé gái không?**
	ban kó táy mot bé trai/bé gái kog

For Police, see page 146.

DISABLED TRAVELERS

NEED TO KNOW

Is there access for the disabled?	**Có lối vào cho người tàn tật không?**
	kó lố-i và-o cho gêw-ur-i tàn tat kog
Is there…?	**Có… không?**
	kó… kog
a wheelchair ramp	**dốc cho xe lăn**
	zók cho se lan
a disabled-accessible toilet	**phòng vệ sinh dành cho người khuyết tật**
	fòg vei shin zàn cho gêw-ur-i kóo-yit tat kog
I need…	**Tôi cần…**
	toi kàn
assistance	**sự giúp đỡ**
	shur jóop dữr
an elevator [a lift]	**thang máy**
	tag máy
a ground-floor room	**phòng ở tầng trệt**
	fòg ửr tàg tret

ASKING FOR ASSISTANCE

I'm…	**Tôi…**
	toi
disabled	**bị khuyết tật**
	bi kóo-yit tat
visually impaired	**suy giảm thị lực**
	shoo-i jảm ti lur-k
deaf	**điếc**
	dí-uhk
hearing impaired	**suy giảm thính lực**
	shoo-i jảm tín lur-k
unable to walk far/use the stairs	**không thể đi xa/đi cầu thang**
	kog tẻi di sa/di kòh tag
Please speak louder.	**Xin nói lớn hơn.**
	sin nói lúr-n hur-n
Can I bring my wheelchair?	**Tôi có thể mang xe lăn của tôi không?**
	toi kó tẻi mag se lan kỏoa toi kog
Are guide dogs permitted?	**Chó dẫn đường có được vào không?**
	chó dẫn dèw-urg kó dew-urk vào kog
Can you help me?	**Bạn có thể giúp tôi không?**
	ban kó tẻi jóop toi kog
Please open/hold the door.	**Vui lòng mở/giữ cửa giùm.**
	voo-i lòg mủr/jòor kử-a jòom

For Emergencies, see page 144.

FOOD & DRINK

EATING OUT   164
MEALS & COOKING   175
DRINKS   197
ON THE MENU   203

EATING OUT

NEED TO KNOW

Can you recommend a good restaurant/bar?	**Bạn có thể giới thiệu một nhà hàng/quán rượu ngon không?**
	ban kó tẻ júr-i ti-yoh mot nà hàg/kwán rew-uru gon kog
Is there a traditional/an inexpensive restaurant nearby?	**Có nhà hàng truyền thống/không mắc tiền nào gần đây không?**
	kò nà hàng tròo-in tóg/kog mak tì-uhn nào gàn day kog
A table for…, please.	**Xin cho một bàn cho…**
	sin cho mot bàn cho…
Can we sit…?	**Chúng tôi có thể ngồi…?**
	choóg toi kó tẻi gòi…
here/there	**đây/kia**
	day/kia
outside	**bên ngoài**
	ben nwài
in a non-smoking area	**khu vực không hút thuốc**
	koo vur-k kog hóot tóork
I'm waiting for…	**Tôi đang chờ bạn.**
	toi dag chừr ban
Where are the toilets?	**Phòng tắm [nhà vệ sinh] ở đâu?**
	fòg tám [nà ve shin] ủr doh
The menu, please.	**Cho xem thực đơn.**
	cho sem tur-k dur-n
What do you recommend?	**Bạn có giới thiệu món gì không?**
	ban kó júr-i ti-yoh món gì kog
I'd like…	**Tôi muốn…**
	toi móorn…

Some more…, please.	**Vui lòng thêm…**
	voo-i lồg tem…
Enjoy your meal!	**Chúc ăn ngon miệng!**
	chóok gon mi-uhg
The check [bill], please.	**Vui lòng cho xem hóa đơn.**
	voo-i lồg cho sem hwá durn
Is service included?	**Có bao gồm dịch vụ không?**
	kó bao gòm zik voo kog
Can I pay by credit card/have a receipt?	**Tôi có thể trả bằng thẻ tín dụng/nhận biên lai không?**
	toi kó tẻi trả bằg tẻ tín zoog/nan bi-uhn lai kog

WHERE TO EAT

Can you recommend…?	**Bạn có thể giới thiệu …?**
	ban kó tẻi júr-i ti-yoh…
a restaurant	**nhà hàng**
	nà hàg
a bar	**quán rượu**
	kwán rew-uru
a café	**quán cà phê**
	kwán kà fei
a fast food place	**quán thức ăn nhanh**
	kwán túr-k an nan
a cheap restaurant	**hà hàng giá rẻ**
	nà hàg já rẻ
an expensive restaurant	**nhà hàng đắt tiền**
	nà hàg dat tì-uhn
a restaurant with a good view	**nhà hàng có cảnh đẹp**
	nà hàg kó kản dep
an authentic touristy restaurant	**nhà hàng địa phương/không có khách du lịch**
	nà hàg dia few-urn/kog kó kák zoo lik

(i)

Ha Noi, Ho Chi Minh, Hue and other large cities offer a great variety of restaurants with prices to suit every budget. It is also essential to visit the street-side stalls for a slice of authentic Vietnamese fare.

RESERVATIONS & PREFERENCES

I'd like to reserve	**Tôi muốn đặt ...**	
	toi móorn dat…	
a table…	**một bàn…**	
	mot bàn…	
for two	**cho hai người**	
	cho hai gèw-ur-i	
for this evening	**vào tối nay**	
	và-o tói nay	
for tomorrow at…	**ngày mai lúc ...**	
	gày mai lóok …,	
A table for two, please.	**Vui lòng lấy một bàn cho hai người.**	
	voo-i lòng lấy mot bàn cho hai gèw-ur-i	
I have a reservation.	**Tôi có đặt chỗ.**	
	toi kó dat chõ	
My name is…	**Tên tôi là…**	
	ten toi là…	
Can we sit…?	**Chúng tôi có thể ngồi ... không?**	
	chóog toi kó tẻ gòi … kog	
here/there	**đây/kia**	
	day/kia	
outside	**bên ngoài**	
	ben gwà-i	
in a non-smoking area	**trong khu vực không hút thuốc lá**	
	trog koo voork kog hóot tóork lá	

by the window	**cạnh cửa sổ**
	kan kửr-a shỏ
in the shade	**trong bóng**
	trog bóg
in the sun	**dưới nắng**
	déw-ur-i náng
Where are the toilets?	**Phòng tắm [nhà vệ sinh] ở đâu?**
	fòg tám [nà ve shin] ủr doh

YOU MAY HEAR…

Bạn có đặt trước không?	Do you have a
ban kó dat chõ téw-urk kog	reservation?
Bao nhiêu?	How many?
bao ni-yoh	
Hút thuốc hay không hút thuốc?	Smoking or non-
hóot tóork hay kog hóot tóork	smoking?
Ông đã sẵn sàng gọi món chưa?	Are you ready
og dã shãn shàg goi món chur-a	(to order)?
Ông muốn dùng gì?	What would you
og móorn zòog gì	like?
Tôi đề nghị…	I recommend…
toi dè gi…	
Chúc ngon miệng.	Enjoy your meal.
chóok gon mi-uhg	

HOW TO ORDER

Excuse me, sir/ma'am?	**Xin lỗi, ông/bà?**
	sin lõi og/bà
We're ready (to order).	**Chúng tôi sẵn sàng (để đặt).**
	chóog toi sãn sàg (dẻ dat)

The wine list, please.	**Vui lòng cho tôi xem danh sách rượu?**
	voo-i lòng cho toi sem zan shák rew-uru
I'd like…	**Tôi muốn…**
	toi móorn…
a bottle of…	**một chai…**
	mot chai
a carafe of…	**một bình…**
	mot bìn
a glass of…	**một ly…**
	mot li
The menu, please.	**Cho xem thực đơn.**
	cho sem tur-k dur-n

(i)

Utensils may be available in Western and upscale restaurants, but in most cases, you will only be offered chopsticks and spoons. It is customary to bring the bowl up to your lips before eating rice with chopsticks. When finished, always place the chopsticks on the provided holder, or against the rims of a plate, but never place them across the bowl, as this is a bad omen according to local superstition.

Do you have…?	**Bạn có… không?**
	ban kó… kog
a menu in English	**thực đơn bằng tiếng Anh**
	tur-k dur-n bag tí-uhg An
a fixed price menu	**thực đơn giá cố định**
	tur-k dur-n já kó din
a children's menu	**thực đơn cho trẻ em**
	tur-k dur-n cho trẻ em
What do you recommend?	**Bạn có giới thiệu món gì không?**
	ban kó júr-i ti-yoh món gì kog
What's this?	**Cái này là cái gì?**
	kái này là cái jì
What's in it?	**Trong này có cái gì?**
	trong này kó kái jì
Is it spicy?	**Cái này cay không?**
	kái này kay kog
Without…, please.	**Xin đừng cho…**
	sin dòorg cho…
It's to go [take away].	**Mang về.**
	mag vèi

For Drinks, see page 197.

YOU MAY SEE…

tiền phải trả   cover charge
tì-uhn fải trả

giá cố định   fixed price
já kó din

thực đơn (của ngày)   menu (of the
tur-k dur-n (kỏo-a gày)   day)

(không) bao gồm phục vụ (kog)   service (not)
bao gồm fook voospecials đặc biệt   included
dak bì-uh

COOKING METHODS

baked	**nướng đút lò**
	néw-urg dut lò
barbecued	**nướng**
	néw-urg
boiled	**luộc**
	loork
braised	**om**
	om
breaded	**có vỏ bánh mì**
	kó vỏ bán mì
creamed	**có kem**
	kó kem
diced	**thái**
	tái
filleted	**thịt lườn**
	tit lèw-urn
fried/deep-fried	**rán/chiên**
	rán/chi-uhn
grilled	**nướng**
	néw-urg

poached	**kho, rim**
	ko, rim
roasted	**nướng, quay**
	néw-urg, kwai
sautéed	**áp chảo**
	áp chảo
smoked	**xông khói**
	sog kói
steamed	**hấp**
	háp
stewed	**hầm, ninh**
	hàm, nin
stir-fried	**xào**
	sà-o
stuffed	**nhồi**
	nòi

DIETARY REQUIREMENTS

I'm…	**Tôi…**
	toi …
diabetic	**bệnh tiểu đường**
	ben tỉ-yoh dèw-urg
lactose intolerant	**không dung nạp lactose**
	kog zoog nap lactose
vegetarian	**ăn chay**
	an chay
vegan	**ăn chay trường**
	an chay trèw-urg
I'm allergic to…	**Tôi dị ứng với…**
	toi zi óorg vúr-i…
I can't eat…	**Tôi không ăn được…**
	toi kog an dew-urk…
dairy products	**sản phẩm từ sữa**
	shản fẩm tòor shữr-a

gluten	**gluten**
	gluten
nuts	**đậu phộng**
	doh fog
pork	**thịt heo**
	tit heh-ao
shellfish	**hải sản có vỏ**
	hải shản kó vỏ
spicy foods	**thức ăn cay**
	túr-k an kay
wheat	**lúa mì**
	lóo-a mì
Is it halal/kosher?	**Có đúng luật đạo hồi/do thái không?**
	kó dúg loo-uht dao hòi/zo tái kog
Do you have…?	**Bạn có…?**
	ban kó…
skimmed milk	**sữa không kem**
	shũr-a kog kem
whole milk	**sữa nguyên chất**
	shũr-a noo-in chát
soya milk	**sữa đậu nành**
	shũr-a doh nàn

DINING WITH CHILDREN

Do you have children's portions?	**Bạn có khẩu phần cho trẻ em không?**
	ban kó kỏh fàn cho trẻ em kog
A highchair/child's seat, please.	**Chúng tôi muốn một ghế cho trẻ em.**
	kóog toi móorn mot gé cho trẻ em
Where can I feed the baby?	**Tôi có thể cho con tôi bú ở đâu?**
	toi kó tẻ cho kon toi bóo ửr doh
Where can I change the baby?	**Tôi có thể thay quần áo cho con tôi ở đâu?**
	toi kó tẻ tay kwàn á-o cho kon toi ửr doh
Can you warm this?	**Bạn có thể hâm nóng lên không?**
	ban kó tẻi ham nóg len kog

For Traveling with Children, see page 137.

HOW TO COMPLAIN

When will our food be ready?	**Còn bao lâu nữa thì thức ăn của chúng tôi mới được mang ra?**
	kòn bao loh nưr-a tì tóork an kỏ-a chóog toi múr-i dew-urk mag ra
We can't wait any longer.	**Chúng tôi không chóog toi kog tẻ.**
	thể chờ thêm nữa chòr tem nưr-a
We're leaving.	**Chúng tôi đi đây.**
	chóog toi di day
I didn't order this.	**Đó không phải là món tôi yêu cầu.**
	dó kog fải là món toi i-uhu kòh
I ordered…	**Tôi muốn gặp …**
	toi móorn gap …
I can't eat this.	**Tôi không thể nuốt được món này.**
	toi kog tẻ nóort dew-urk món này
This is too…	**Món này quá…**
	món này kwá…
cold/hot	**lạnh/nóng**
	lan/nóg
salty/spicy	**mặn/cay**
	man/kay
tough/bland	**quá dai/nhạt**
	kwá zai/nat
This isn't clean/ fresh.	**Đồ không tươi/sạch.**
	dò kog tew-ur-i/shak

PAYING

The check [bill], please.	**Vui lòng cho xem hóa đơn.**
	voo-i lòg cho sem hwá durn
Separate checks [bills], please.	**Xin cho hóa đơn [biên lai] riêng.**
	sin cho hwá dur-n [bi-uhn lai] ri-uhg

It's all together.	**Tất cả lại với nhau.**
	tát kả lai vứr-i na-oo
Is service included?	**Có bao gồm dịch vụ không?**
	kó bao gồm zik voo kog
What's this amount for?	**Số tiền này là cho cái gì?**
	shó tì-uhn này là cho ká-i gì
I didn't have that.	**Tôi không dùng cái đó.**
	tôi kog dùng ká-i dó
I had…	**Toi kog zòog…**
	toi kog zòog…
Can I have a receipt/ an itemized bill?	**Tôi có thể lấy biên lai / hoá đơn chi tiết không?**
	toi kó tẻi láy bi-uhn lai / hwá dur-n chi t í-uht kog
That was delicious!	**Rất ngon!**
	rát gon
I've already paid	**Tôi đã trả tiền rồi.**
	toi dã trả tì-uhn ròi

For Numbers, see page 18.

ⓘ

Although tipping is becoming more common in some areas, it's officially discouraged. An amount of 10% (VAT) is added to the bill in upscale establishments.

MEALS & COOKING

Breakfast
Hotels serve Western-style breakfast between 8:00 and 10:00 a.m. A traditional Vietnamese breakfast usually consists of noodles, porridge and buns that come in an assortment of flavors, with vegetables as a side dish.

Lunch
In hotels, lunch is generally served from 11:30 a.m. to 2:00 p.m., but restaurants may serve from as early as 11:00 a.m.

Dinner
In hotels, dinner is generally served between 7:00 and 9:30 p.m. However, restaurant times do vary: in some areas, restaurants may start serving at 4:00 p.m. and finish by 8:00 p.m.

At banquets or set meals, different soups will be served over the spread of the entire meal. The main soup is often served at the beginning.

Starters are not a cultural tradition in Vietnam.

BREAKFAST

bacon	**thịt muối**	
	tit móori	
bread	**bánh mì**	
	bán mì	
butter	**bơ**	
	bur	
cheese	**phô mai**	
	fo mai	
... coffee/tea	**cà phê/trà...**	
	kà-fei/trà	

Black	**đen**	
	den	
Decaf	**không caffein**	
	kog ka-fei-in	
tea/coffee...	**trà/cà phê...**	
	trà/kà-fei	
with milk	**với sữa**	
	vúr-i shŭr-a	
with sugar	**với đường**	
	vúr-i dèw-urg	
with artificial	**với đường nhân tạo**	
sweetener	*vúr-i dèw-urg nan tao*	
cold/hot cereal	**ngũ cốc lạnh/nóng**	
	gõo kók lan/nóg	
cold cuts	**thịt nguội**	
	tit goori	
...egg	**trứng**	
	tróorg...	
hard/soft boiled	**sôi kỹ/sôi vừa**	
	shoi kĩ/shoi vừr-a	
fried	**chiên**	
	chi-uhn	
scrambled	**bác**	
	bák	

omelet	**trứng tráng**	
	tróorg trág	
French toast	**bánh mì nướng kiểu Pháp**	
	bán mì néw-urg kỉ-yoh Fáp	
jam/jelly	**mứt/thạch**	
	múr-t/tak	
…juice	**nước trái cây…**	
	new-úrk trái kay	
Orange	**cam**	
	kam	
Apple	**táo**	
	táo	
Grapefruit	**bưởi**	
	bẻw-ur-i	
granola [muesli]	**món granola [muesli]**	
	món granola [muesli]	
milk	**sữa**	
	shuir-a	
muffin	**bánh nướng xốp**	
	bán néw-urg	
oatmeal	**yến mạch**	
	í-uhn mak	
roll	**bánh mì nhỏ**	
	bán mì nỏ	

sausage	**xúc xích**
	sóok sík
toast	**bánh mì nướng**
	bán mì néw-urg sóp
water	**nước**
	new-úrk
yogurt	**sữa chua**
	shữr-a chua

APPETIZERS

cake	**bánh ngọt**
	bán got
cookies [biscuits]	**bánh quy**
	bán kwi
chocolate	**sôcôla**
	shokola
dumplings with a variety of fillings	**bánh bao luộc nhiều hương vị**
	bán bao loork nì-yoh hew-urg vi
French fries [chips]	**Khoai tây rán**
	kwai tay rán
hamburger	**thịt băm viên**
	tit bam vi-uhn

hot dog	**xúc xích**
	sóok sík
peanuts	**đậu phộng/lạc**
	doh fog/lak
potato chips [crisps]	**khoai tây rán**
	kwai tay rán
sandwich	**bánh sandwich**
	bán sandwich
spring rolls	**bánh kếp**
	bán kép

SOUP

canh gà với ngô	chicken and sweet
kan gà vur-i go	corn soup
canh nóng	hot soup
kan nóg	
canh nấu với thịt	assorted meat soup
kan nóh vur-i	
hỗn hợp tit	served in a gourd
hoın hurp	
canh rau	vegetable soup
kan ra-oo	

canh yến	swallow's nest soup
kan í-uhn	
canh hải sản	seafood soup
kan hả-i shản	
canh nấm với thịt gà/lợn	chicken/pork and
kan nám vúr-i tit gà/lurn	mushroom soup
canh tỏi	garlic soup
kan tỏi	
canh hành	onion soup
kan hàn	
xúp mì	noodle soup
sóop mì	
canh hải sản	seafood soup
kan hả-i shản	
canh cá	fish soup
kan ká	
canh rau	vegetable soup
kan ra-oo	

FISH & SEAFOOD

cá chép/trắm	grass carp
cỏ ká chép/trám kỏ	
cá trê	catfish
ká tre	
cá mú	sea bass
ká móo	
cá trích	herring
ká trík	
cá bơn	sole
ká burn	
cá thu	mackerel/codfish
ká too	
cá chỉ vàng đỏ	red snapper
ká chỉ vàng đỏ	

cá ngừ *ká gòor*	tuna
cá tuyết *ká too-yít*	cod
cá cơm *ká kurm*	whitebait
con hàu *kon hà-oo*	oysters
con trai *kon trai*	clams
bào ngư *bà-o goor*	abalone
sò *shò*	scallops
mực ống *moork óg*	baby squid
tôm *tom*	shrimp
tôm sú *tom shóo*	large shrimp [prawns]
tôm hùm *tom hòom*	lobster

con trai *kon trai*	mussels
bạch tuộc/mực phủ *bak toork/moork fỏo*	octopus
cá hồi *ká hò-i*	trout
tôm rán hoặc tôm kho *tom rán hwak tom ko*	fried or braised shrimp
Cá kho *ká ko*	braised fish
Cá kho/cá om *ká ko/ka om*	whole fish braised with fish sauce, pepper, chili, seasoning, spring onions and ginger/garlic
Cá rán chua ngọt *ká rán choo-a got*	sweet and sour fried fish

MEAT & POULTRY

thịt *tịt*	meat
thịt bò *tịt bò*	beef
thịt lợn/thịt heo *tịt lurn/tịt heh-ao*	pork
thịt bê *tịt be*	veal
chó *chó*	dog
gà *gà*	chicken
vịt *vịt*	duck

ngan *gan*	goose
cá *ká*	fish
hải sản *hả-i shản*	seafood
lươn *lew-urn*	eel
rắn *rúrn*	snake
thịt bò *tit bò*	beef
thịt chuột đồng *tit choort dòg*	field-mouse meat
thịt lợn *tit lurn*	pork
thịt mông/đùi *tit mog/dòo-i*	ham
thịt lợn xông khói *tit lurn sog kói*	bacon
thịt bê *tit be*	veal
thịt chó *tit chó*	dog meat

chim câu	spring pigeon
chim koh	
thịt lát	steak
tit lát	
gan	liver
gan	
cật/bầu dục	kidneys
kat/bòh zook	
dồi/lạp xưởng	sausages
zòi/lap sẻw-urg	
vịt	duck
vit	
gà tây	turkey
gà tay	
gà	chicken
gà	
ngan	goose
gan	
chim cút	quail
chim kóot	
chim bồ câu	pigeon
chim bò koh	

VEGETABLES & STAPLES

măng tây
mag tay
asparagus

măng
mag
bamboo shoots

đậu
doh
beans

giá
zá
bean sprouts

cải xanh
kả-i san
broccoli

cải bắp
kả-i báp
cabbage

cần tây
kàn tay
celery

dưa chuột
zur-a choort
cucumber

cà [cà tím]
kà [kà tím]
eggplant [aubergine]

nấm
nám
mushrooms

ớt (xanh)	peppers (green)
ửt (san)	
đậu Hà Lan	snow peas
doh-u hà lan	[mangetout]
rau muống	spinach
ra-oo móorg	
hành tươi	spring onions
hàn tew-ur-i	
cà chua	tomatoes
kà choo-a	
rau cải xoong	watercress
ra-oo k -i so-og	
trứng	eggs (general)
tróorg	
bánh mì	bread
bán mì	
gạo	rice
ga-oo	
cháo	rice porridge
chá-o	
bánh bao	dumplings
bán bao	
mì sợi/bánh đa	rice noodles
mì shur-i/bán da	

mì sợi* *mì shur-i*	wheat noodles
mì sợi* *mì shur-i*	egg noodles
cơm trắng *kurm trág*	cooked white rice
cơm chiên *kurm chi-uhn*	fried rice
cơm rang *kurm rag*	fried rice
cơm tám *kurm tám*	hulled rice
gạo nếp *gao nép*	glutinous rice sticky, short grain rice
mì sợi *mì shur-i*	wheat/cellophane noodles
mì sợi/bánh đa *mì shur-i/bán da*	rice noodles
bún *bóon*	soft noodles
bánh mì rán *bán mì rán*	fried breadsticks

bánh bao hấp *bán bao háp*	steamed buns
bánh mì cuộn *bán mì koorn*	steamed bread rolls
hấp hoặc ránh *háp hwak rán*	fried bread rolls
rau *rau*	vegetable(s)

* There is no distinction between wheat noodles and egg noodles in Vietnam.

FRUIT

hoa quả *hwa kwả*	fruit (general)
táo *tá-o*	apple
chuối *chóor-i*	banana
nho *no*	grapes
dưa *zew-ur*	melon

quả bưởi *kwa bẻw-uri*	grapefruit
nhãn nẵn *longan*	a fruit that looks like a smaller variant of lychee
vải *và-i*	lychees
xoài *swài*	mango
cam *kam*	orange
đào *đà-oo*	peach
è *e*	pear
lứa *éw-ur*	pineapple
mận *man*	plum
âu tây *âu tây*	strawberries
ưa hấu *ew-ur hó-uh*	watermelon

ổi	guava
ỏ-i	
mít	jack-fruit
mít	

Instead of sweets or cakes, the Vietnamese usually finish their meal with fruit. In general, sweets are eaten as snacks and are seldom available in restaurants. However, some upscale restaurants have added ice cream to their menus and a typical dessert can usually be found in Western-style hotels

DESSERT

kem	ice cream
kem	
bánh xốp	sponge cake
bán sóp	
hoa quả	
bán sóp	fruit

bánh putđình
bán póotdin

mango pudding

bánh kếp
bán kếp

pancakes

bánh nóng
bán nóg

hot cakes

bánh hoa quả trứng
bán hwa qwả tróorg

custard tarts

phó mát
fó mát

cheese

sữa chua
suir-a koo-a

yogurt

kem
kem

cream

sữa chua
đông lạnh

frozen yogurt

SAUCES & CONDIMENTS

Fish sauce

nước mắm
néw-urk mám

Ketchup

tương cà
tew-urg kà

Mustard	**tương mù tạc**
	tew-urg mòo tak
Pepper	**tiêu**
	ti-yoh
Salt	**muối**
	móori
Soy (sauce)	**xì dầu**
	sì dòh
Soybean paste	**tương**
	tew-urg

AT THE MARKET

Where are the trolleys/baskets?	**Xe đẩy/giỏ ở đâu?**
	se dảy/jỏ pr doh
Where is…?	**… ở đâu?**
	… ửr doh
I'd like some of that/this.	**Tôi muốn một ít cái kia/cái này.**
	toi móorn mot ít kái kia/kái này
Can I taste it?	**Tôi có thể nếm thử nó không?**
	toi kó tẻi ném tửr nó kog
I'd like…	**Tôi muốn…**
	toi móorn…

a kilo/half kilo of…	**một ký/nửa ký…**
	mot kí/nửr- kí…
a liter of…	**một lít…**
	mot lít…
a piece of…	**một miếng…**
	mot mí-uhg…
a slice of…	**một lát…**
	mot lát…
More./Less.	**Nhiều hơn/Ít hơn.**
	nì-yoh hur-n/Ít hur-n
How much?	**Bao nhiêu tiền?**
	bao ni-yoh tì-uhn
Where do I pay?	**Tôi trả tiền ở đâu?**
	toi trả tì-uhn ử doh
A bag, please.	**Xin đưa cái túi.**
	sin dur-a kái tóo-i
'm being helped.	**Tôi đang được giúp đỡ.**
	toi dag dew-urk

For Money, see page 28.

YOU MAY HEAR...

Tôi có thể giúp gì cho bạn không?	Can I help you?
toi kố tẻi jóop jì cho ban kog	
Bạn muốn gì?	What would you
ban móorn jì	like?
Còn gì nữa không?	Anything else?
kòn jìnữr-a kog	
Nó ... đồng.	That's...dong.
nó... dòg	

YOU MAY SEE...

sử dụng theo ...	best if used by...
sử zoog theo	
calorie	calories
calori	
không chất béo	fat free
kog chát béo	
giưι	keep refrigerated
lạnh	
có thể có một chút	may contain
kố tẻi kố mot chóot...	traces of...
có thể nấu trong	microwaveable
lò vi sóng	
bán bằng...	sell by...
bán bằg	

IN THE KITCHEN

bottle opener	**đồ khui nắp chai**
	dò koo-i náp chai
bowl	**tô**
	to
can opener	**đồ khui hộp**
	dò koo-i hop
corkscrew	**đồ mở nút chai**
	dò mửr noót chai
cup	**cái chén**
	ká-i chén
fork	**chiếc nĩa**
	chí-uhk nĩ-a
frying pan	**chảo**
	chảo
glass	**cốc**
	kók
(steak) knife	**dao (cắt thịt)**
	zao (kát tit)
measuring cup/ spoon	**ly/muỗng đo lường**
	ly/mõorg do lèw-urg
napkin	**khăn ăn**
	kan an

plate	**cái đĩa**
	ká-i dĩ-a
pot	**nồi**
	nòi
spatula	**dao bay**
	dao bay
spoon	**thìa**
	tì-a

For Domestic Items, see page 80.

In Ho Chi Minh and Ha Noi, you can find plenty of department stores and supermarkets which sell Western food products such as bread, cheese, coffee, jam, etc. Vietnamese people tend to shop at their local markets. In some major markets, you can also find some businesses peddling Western goods (be prepared to bargain).

DRINKS

NEED TO KNOW

The wine list/drink menu, please.
Xin cho xem danh sách rượu.
sin cho sem zan shák rew-uru

What do you recommend?
Anh đề nghị nên dùng gì?
an đèi ni nen dòog jì

I'd like a bottle/glass.
Tôi muốn một chai/cốc rượu vang đỏ/trắng.
toi móorn mot chai/kók rew-uru vag đỏ/trág

The house wine, please.
Xin cho tôi rượu của nhà hàng.
sin cho toi rew-uru cỏo-a nà hàg

Another bottle/glass, please.
Xin thêm một chai/cốc.
sin them mot chai/kók

I'd like a local beer.
Tôi muốn dùng bia địa phương.
toi móorn doòg bia dia few-urg

A..., please.
Cho một....
cho mot…

Can I buy you a drink?
Tôi có thể mua nước uống cho bạn không?
toi kó tểi mooa néw-urk óorg cho ban kog

Cheers!
Chúc mừng!
chóok mòorg

A coffee/tea, please.
Cho một cà phê.
cho mot kà fe

Black.
Đen.
den

With...
Với...
vứr-i…

  milk
  sữa
  shuır-a

  sugar
  đường
  dèw-urg

artificial sweetener	**đường nhân tạo** *dèw-urg nan tao*
A…, please.	**Cho một….** *cho mot…*
juice	**nước hoa quả** *new-úrk hwa kw*
soda	**xô-đa** *so-da*
sparkling water	**nước xô-đa** *new-úrk so-da*
still water	**nước không có ga** *new-úrk kog kố ga*

(i)

Tea is a favorite drink in Vietnam, with green tea topping the list. It can be served hot or cold. Black tea is actually literally called "red" tea in Vietnamese. Coffee is not as popular but can be found in snack bars and Western-style restaurants. Instant coffee can be bought in supermarkets.

NON-ALCOHOLIC DRINKS

black tea	**trà đen** *trà den*
coconut milk	**nước dừa** *new-úrk dùr-a*
coffee	**cà phê** *kà fe*
green tea	**trà xanh** *trà san*

jasmine tea	**trà hoa nhài**
	trà hwa nà-i
lemonade	**nước chanh**
	new-úrk chan
(sparkling/still)	**nước (xô-đa/không có ga)**
water	*new-úrk (so-da/kog kó ga)*
juice	**nước hoa quả**
	new-úrk hwa kw
milk	**sữa**
	shuır-a
soda	**xô-đa**
	so-da
(iced) tea	**trà (đá)**
	trà (dá)

Except in the main tourist areas, public restrooms [toilets] are not always easy to find and the majority are not well maintained; the facilities in hotels or Western fastfood restaurants are usually a better bet. Remember to bring your own tissue paper with you when using public restrooms.

YOU MAY HEAR...

Tôi có thể mang nước cho bạn không?
Toi kó tẻi mag new-úrk cho ban kog?
Can I get you a drink?

Với sữa hay đường?
Vúr-i sh shũr-a hay dèw-urg?
With milk or sugar?

Nước xô-đa hay nước không có ga?
New-úrk so-da hay new-úrk kog kó ga?
Sparkling or still water?

APERITIFS, COCKTAILS & LIQUEURS

brandy	**rượu mạnh**
	rew-uru man
gin	**gin**
	gin
rum	**rượu rum**
	rew-uru rum
scotch	**rượu scotch**
	rew-uru scotch
tequila	**rượu tequila**
	rew-uru tequila
vodka	**vodka**
	vótka
whisky	**whisky**
	whisky

BEER

Beer is the second most popular drink in Vietnam after tea. The local beers are relatively affordable and refreshing. Hanoi and Huda beers are the most popular beers in Northern and Central Vietnam, while Saigon beer is the favorite in the South. On better menus you'll also find some of the best beers from Asia, Australia and Europe. Each region has its own wine or liquor, often very strong, fermented from local fruits or rice. There are also many varieties of rice wine — these are usually colorless and often very potent. There are also regional variations of brandies but all of them are generally potent and emit a strong scent.

...beer	**bia...**
	bi-a
bottled/draft	**bia chai/bia hơi**
	bia hơi/bi-a hur-i
dark/light	**nặng/nhẹ**
	nag/ne
lager/pilsener	**bia Đức/bia Séc**
	bia Dúr-k/bia Sék
local/imported	**địa phương/nhập khẩu**
	dia few-urg/nap kỏh
non-alcoholic	**không cồn**
	kog kòn

WINE

...wine	**rượu...**
	rew-uru
red	**vang đỏ rew-uru**
	vag đỏ
white	**rượu vang**
	trẳng vag trág
house/table	**nhà/bàn**
	nà/bàn

dry/sweet	**khô/ngọt**
	ko/got
sparkling	**xô-đa**
	so-da
champagne	**sâm panh**
	sham pan
dessert wine	**rượu tráng miệng**
	rew-uru tráng mi-uhg
rice wine	**rượu gạo**
	rew-uru gao

Each region has its own specialties and every dish has its own distinctive flavors that are unique to the local area.

Northern Vietnamese cuisine tends to favor dishes that are not too salty, sour and hot. Some of the specialties of this region include noodles served with beef/chicken and steamed rolled rice pancakes, and dog meat.

Southern cuisine lends itself to a sweeter, more peppery palate. The specialties of this region range from noodles with seasoned and sautéed beef (served hot and with other ingredients) to fried dumplings and rice pancakes folded in half and filled with a mixture of shrimp, pork meat and bean sprouts.

The Central Vietnamese cuisine boasts salty, peppery dishes. Local delicacies in this region include rice or noodles with mussels, fern-shaped cakes and cassava starch cakes. Although each region has its different specialties, a simple bowl of fish sauce and rice is commonpace with almost every Vietnamese meal, no matter where you are. Amidst the festivities that take place during the Tet holiday period, the glutinous rice squares which can be found in street stalls are another national favorite.

ON THE MENU

bánh	cake
bán	
bánh bao	dumplings
bán bao	
bánh bao hấp	steamed buns
bán bao háp	
bánh bao luộc nhiều hương vị	dumplings with
bán bao loork nì-yoh hew-urg vi	a variety of fillings
bánh chưng/bánh giày	square glutinous rice
bán chŏorg/bán zày	cake/rice pie
bánh hoa quả trứng	custard tarts
bán hwa qwả tróorg	
bánh kếp	pancakes
bán kép	
bánh mì	bread
bán mì	
bánh mì cuộn	steamed bread rolls
bán mì koorn	
bánh mì nướng kiểu Pháp	French toast
bán mì néw-urg kỉ-yoh fáp	
bánh mì rán	fried breadsticks
bán mì rán	

bánh nóng
bán nóg

hot cakes

bánh putđinh
bán póotdin

mango pudding

bánh sandwich
bán shanwik

sandwich

bánh xốp
bán sóp

sponge cake

bơ
bo

butter

bò áp chảo
bò áp chả-o

sautéed beef

bơ thực vật
bo toork vat

margarine

bún
bóon

soft noodles

cà chua
kà choo-a

tomatoes

cà tím
kà tím

eggplant [aubergine]

cải bắp
kả-i báp

cabbage

cải xanh *kả-i san*	broccoli
cần tây *kàn tay*	celery
canh cá *kan ká*	fish soup
canh gà rượu vàng *kan gà rew-uru vàg*	chicken broth with sherry
canh hải sản *kan hả-i shản*	seafood soup
canh hành *kan hàn*	onion soup
canh măng *kan mag*	bamboo sprout soup
canh măng thịt lợn/ngan hoặc/thịt ga *kan mag tit lurn/gan hwak/tit gà*	bamboo shoot soup with pork, goose or chicken
canh rau *kan ra-oo*	vegetable soup
canh rau thịt *kan ra-oo tit*	meat and vegetable broth

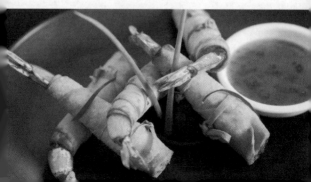

canh tỏi *kan tỏi*	garlic soup
cháo *chá-o*	rice porridge
cơm chiên/cơm rang *kurm chi-uhn/kurm rag*	fried rice with eggs, onions, garlic, pepper, and bits of pork/shrimp/ chinese sausage
cơm chiên *kurm chi-uhn*	fried rice
cơm rang *kurm rag*	fried rice
cơm tám *kurm tám*	hulled rice
cơm trắng *kurm trắg*	white rice
côtlet *kotlet*	cutlet
đậu *doh*	beans
đậu Hà Lan *doh-u hà lan*	snow peas [mangetout]

đậu phụ
doh foo

tofu

đậu phụ nhồi thịt
doh foo nò-i tit

tofu stuffed with meat

đậu phụ rán/luộc
doh foo rán/loork

fried/boiled tofu

dâu tây
zoh tai

strawberry

đồ ăn chay
dò an chay

a vegetarian dish that is a favorite of monks, it contains a variety of stir fried vegetables and bean curd

dưa chuột
zur-a choort

cucumber

gà quay hoặc nướng
gà kway hwak néw-ur

roast or grilled chicken

gạo
ga-oo

rice

gạo nếp
gao nép

glutinous rice sticky, short grain rice

giá	bean sprouts
zá	
giò lụa	lean pork paste
zò loo-a	
hành tươi	spring onions
hàn tew-ur-i	
hấp hoặc ránh	fried bread rolls
hấp hwak rán	
hoa quả	fruit
hwa kwả	
kem	cream
kem	
kem	ice cream
kem	
khúc thịt/khúc cá	fillet steak
kóok tịt/kóok ká	
lát thăn bò	sirloin steak
lát tan bò	
lát mông bò	rump steak
lát mog bò	
lòng ruột gà hoặc vịt	inner organs of
lòg roort gà hwak vit	chicken and duck
lươn	eel
lew-urn	

măng *mag*	bamboo shoots
măng tây *mag tay*	asparagus
mì sợi/bánh đa *mì shur-i/bán da*	rice noodles
mì sợi* *mì shur-i*	wheat noodles
mì sợi* *mì shur-i*	egg noodles
mì sợi *mì shur-i*	wheat/cellophane noodles
mì sợi/bánh đa *mì shur-i/bán da*	rice noodles
mì xào (thịt, hải sản, rau) *mì sà-o (tit, ha-'i shản, ra-oo)*	stir-fried noodles with meat, seafood, or vegetables
món ca ri *món kà ri*	curry
nấm *nám*	mushrooms
nem cuốn *nem kóorn*	spring roll

nem rán *nem rán*	fried meat roll
nước mắm *new-úrk mám*	fish sauce
ớt (xanh) *ửrt (san)*	peppers (green)
phần xương chữ T *fàn sew-urg choior te*	T-bone steak
phở (bo/gà) *fửr (bò, gà)*	noodles served with beef/chicken
phó mát *fó mát*	cheese
rắn *rúrn*	snake
rau *rau*	vegetable(s)
rau cải xoong *ra-oo kả-i so-og*	watercress
rau luộc *ra-oo loork*	boiled vegetable
rau muống *ra-oo móorg*	spinach
rau sống *ra-oo shóg*	raw vegetables

rượu thuốc *rew-uru tóork*	medicinal wine — a type of wine with plants or animals immersed in it. Some of these wines are believed to contain medicinal properties
sôcôla *shokola*	chocolate
sữa *suir-a*	milk
sữa bột *suir-a bot*	powdered milk
sữa chua *suir-a koo-a*	yogurt
sữa chua đông lạnh *shuir-a koo-a dog lan*	frozen yogurt
sữa đậu nành *suir-a doh nàn*	soy milk, usually sweetened
sữa đặc *suir-a dak*	condensed milk
sữa không kem *suir-a kog kem*	skim milk

sườn	chops
shèw-urn	
sườn lợn chua ngọt	sweet and sour
shèw-urn lurn choo-a got	spare ribs
sườn lợn nướng	barbecued spare ribs
shèw-urn lurn néw-urg	
thịt hầm	casserole
tit hàm	
thịt viên	meatball
tit vi-uhn	
thịt bò cuốn với rau sống	beef fillets with green
tit bò kóorn vúr-i ra-oo shóg	vegetables
thịt băm viên	burger
tit bam vi-uhn	
thịt chó	dog meat
tit chó	
thịt gà luộc	boiled chicken
tit gà loork	
thịt lợn chua ngọt	sweet and sour pork
tit lurn choo-a got	
thịt lợn hoặc	boiled pork
tit lurn hwak	
thịt luộc	boiled meat
tit loork	

thịt rán	fries
tịt rán	
trứng	eggs
tróorg	
trứng luộc/trứng luộc lòng đào	boiled egg/soft-
tróorg loork/tróorg loork lòng dà-o	boiled egg
trứng ốp lếp	omelet
tróorg ốp lếp	
trứng rán	fried egg
tróorg rán	
vani	vanilla
vani	
vịt quay	roast duck
vit kway	
xoài	mango
swài	
xúp bào ngư, nấm và thịt heo	abalone, mushroom,
sóop bào goor, nám và tịt heh-ao	and pork soup
xúp mì	noodle soup
sóop mì	
xúp ngô với thịt cua/gà/tôm	crabmeat/chicken/
soop go vur-i tịt koo-a/ga/tom	shrimp and corn soup

* There is no distinction between wheat noodles and egg
noodles in Vietnam.

GOING OUT

GOING OUT	**216**
ROMANCE	**220**

GOING OUT

NEED TO KNOW

What's there to do at night?	**Vào buổi tối có thể làm gì?** *và-o bỏori tói kó tẻ làm gì*
Do you have a program of events?	**Bạn có chương trình các sự kiện không?** *ban kó chew-urn trìn kák soor ki-uhn kog*
What's playing tonight?	**Tối nay họ chơi nhạc gì?** *tói nay ho chur-i nak jĩ*
Where's...?	**...ở đâu?** ... *ửr doh*
the downtown area	**khu vực trung tâm thành phố** *koo vur-k troog tam tàn fố*
the bar	**quán bar** *kwán bar*
the dance club	**sàn nhảy** *shàn nảy*

ⓘ

Traditional Vietnamese opera theater, including the famous Vietnamese operas or **tuồng**, offer spectacular performances. **Tuồng** is a combination of singing, dance, pantomime and martial arts. In all, there are over 200 different kinds of opera performed all over Vietnam, and all have their own traditions and characteristics in terms of costume, setting, music and performance style. The rhythm, colors, mime, and music combine to guarantee a memorable experience. Another theater form called **water puppetry** is unique to Vietnam.

ENTERTAINMENT

Can you recommend…?	**Bạn có thể giới thiệu …?** *ban kó tẻi júr-i ti-yoh…*
a concert	**buổi hòa nhạc** *bòori hwà nak*
a movie	**phim** *fim*
an opera	**vở opera** *vửr opera*
a play	**trận đấu** *tran dóh*
When does it start/end?	**Khi nào bắt đầu/kết thúc?** *ki nào bát dòh/két tóok*
What's the dress code?	**Quy định ăn mặc là thế nào?** *kwi din an mak là téi nào*
I like…	**Tôi thích…** *toi tík…*
classical music	**nhạc cổ điển** *nak kỏ dỉ-uhn*

folk music	**nhạc đồng quê**
	nak dòg kwue
jazz	**nhạc jazz**
	nak jazz
pop music	**nhạc pop**
	nak pop
rap	**nhạc rap**
	nak rap

For Tickets, see page 43.

YOU MAY SEE…

Vui lòng tắt điện thoại.
voo-i lòg tát di-uhn twai

Turn off your mobile phones, please.

NIGHTLIFE

What's there to do at night?	**Vào buổi tối có thể làm gì?**
	và-o bỏori tói kó tẻ làm gì
Can you recommend…?	**Bạn có thể giới thiệu một …?**
	ban kó tẻ júr-i ti-yoh mot …
a bar	**quán rượu**
	kwán rew-uru
a cabaret	**hộp đêm**
	hop dem
a casino	**sòng bạc**
	shòg bak
a dance club	**sàn nhảy**
	shàn nảy
a gay club	**câu lạc bộ đồng giới**
	koh lak bo dòg júr-i
a jazz club	**câu lạc bộ jazz**
	koh lak bo jazz

a nightclub	**câu lạc bộ đêm**
	koh lak bo dem
Is there live music?	**Có nhạc sống không?**
	kó nak sóg kog
How do I get there?	**Tôi có thể đến đó bằng cách nào?**
	toi kó tẻ dén dó bàg kák nào
Is there a cover charge?	**Có tiền phụ ngoài ăn uống không?**
	kó tì-uhn foo gwà-i an óorg kog
Let's go dancing.	**Đi nhảy nào.**
	di nảy nào
Is this area safe at night?	**Khu vực này có an toàn về đêm không?**
	koo vur-k này kó an twàn vè dem kog

For The Dating Game, see page 220.

ROMANCE

NEED TO KNOW

Would you like to go out for a drink/dinner?	**Bạn có muốn cùng đi uống nước/ăn tối không?**
	ban kó móorn còog di óorg néw-urk/ an tói kog
What are your plans for tonight/tomorrow?	**Bạn dự định tối nay/ngày mai làm gì?**
	ban zoor din tói nay/gày mai làm jì
Can I have your (phone) number?	**Tôi có thể có số điện thoại của bạn không?**
	toi kó tẻi kó shó di-uhn twai kỏoa ban kog
Can I join you?	**Tôi có thể tham gia cùng bạn không?**
	toi kó tẻi tam ja còog ban kog
Can I buy you a drink?	**Tôi có thể mua nước uống cho bạn không?**
	toi kó tẻi mooa néw-urk óorg cho ban kog
I love you.	**Tôi yêu bạn.**
	toi i-yoh ban

THE DATING GAME

Would you like to go out…?	**Bạn có muốn cùng đi…?**
	ban kó móorn còog di…
for coffee	**uống cà phê**
	óorg kà fei
for a drink	**uống nước**
	óorg néw-urk

to dinner	**ăn tối**
	an tói
What are your plans for...?	**Bạn dự định ... làm gì?**
	ban zoor din ... làm jì
today	**hôm nay**
	hom nay
tonight	**tối nay**
	tói nay
tomorrow	**ngày mai**
	gày mai
this weekend	**cuối tuần này**
	kóori tòo-uhn này
Where would you like to go?	**Bạn muốn đi đâu?**
	ban móorn di doh
I'd like to go to...	**Tôi muốn đến...**
	toi móorn dén...
Do you like...?	**Bạn có thích...?**
	ban kó tík...
Can I have your phone number/ email?	**Tôi có thể có số điện thoại/email của bạn không?**
	toi kó tẻi kó shó di-uhn twai/ email kỏoa ban kog
Are you on Facebook/Twitter?	**Bạn có Facebook/Twitter không?**
	ban kó Facebook/Twitter kog

Can I join you?	**Tôi có thể tham gia cùng bạn không?**
	toi kó tẻi tam ja còog ban kog
You're very attractive.	**Bạn thật hấp dẫn.**
	ban that háp zãn
Let's go somewhere quieter.	**Đến nơi khác yên tĩnh hơn đi.**
	dén nur-i nào i-uhn tĩn hur-n di

For Communications, see page 84.

If you are invited to someone's home, always bring a gift but avoid objects that are deemed unlucky such as clocks, white or black objects and/or sharp implements!

ACCEPTING & REJECTING

I'd love to.	**Tôi thích.**
	toi tík
Where should we meet?	**Chúng ta nên gặp nhau ở đâu?**
	choóg ta nen gap na-oo ửr doh
I'll meet you at the bar/your hotel.	**Tôi sẽ gặp bạn ở quầy bar/khách sạn của bạn.**
	toi shẽ gap ban ửr kwày bar/kák shan kỏo-a ban
I'll come by at…	**Tôi sẽ đến đó lúc…**
	toi shẽ dén dó lóok…
I'm busy.	**Tôi đang bận.**
	toi dag ban
I'm not interested.	**Tôi không quan tâm.**
	toi kog kwan tam
Leave me alone!	**Xin hãy để tôi yên!**
	sin hãy dẻ toi i-uhn

Stop bothering me!	**Đừng làm phiền tôi nữa!**
	dòorg làm fî-uhn toi nũr-a

For Time, see page 21.

GETTING INTIMATE

Can I hug/kiss you?	**Tôi có thể ôm/hôn bạn không?**
	toi kó tẻi om/hon ban kog
Yes.	**Vâng.**
	vag
No.	**Không.**
	kog
Stop!	**Dừng ngay!**
	zòorg gay
I love you.	**Tôi yêu bạn.**
	toi i-yoh ban

SEXUAL PREFERENCES

Are you gay?	**Bạn là người đồng tính à?**
	ban là gèw-ur-i dòng tín à
I'm...	**Tôi ...**
heterosexual	**thích người khác giới.**
	tík gèw-ur-i kák júr-i
homosexual	**là người đồng tính.**
	là gèw-ur-i dòng tín
bisexual	**là người lưỡng tính.**
	là gèw-ur-i lễw-urg tín
Do you like men/ women?	**Bạn có thích đàn ông/đàn bà không?**
	ban kó tík dàn og/dàn bà kog

DICTIONARY

ENGLISH–VIETNAMESE 226
VIETNAMESE–ENGLISH 264

VIETNAMESE–ENGLISH

A

a few một vài
a little một ít
a lot nhiều
a.m. chiều
abbey tu viện
about (approximately) khoảng
accept, to chấp nhập
accident tai nạn
accompany, to đi cùng
actor/actress nam diễn viên/nữ diễn viên
adapter ống nối
address (n.) địa chỉ
adult (n.) người lớn
after (time) sau khi
after-shave sau khi cạo

after-sun lotion sữa dưỡng sau khi ra nắng
afternoon, in the vào buổi chiều
ago cách đây
agree: I don't agree đồng ý: tôi không đồng ý
air: ~ conditioning không khí: điều khí kog kí
~mail thư hàng không
airport sân bay
alarm clock đồng hồ báo thức
alcoholic (drink) đồ uống cồn
all tất cả
allergic, to be bị dị ứng

adj adjective	**BE** British English	**prep** preposition
adv adverb	**n** noun	**v** verb

almost hầu như
alone một mình
already rồi
also cũng
alter, to thay đổi
alternative route tuyến đường khác
alumin(i)um foil lá nhôm
always luôn luôn
a.m. sáng
am sang; **I am** giờ sang
amazing ngạc nhiên
ambassador đại sứ
ambulance xe cứu thương
American Mĩ
amount số lượng
amusement arcade gian giải trí
anaesthetic thuốc gây mê
and và
animal động vật
another khác
antacid chất làm giảm độ axit dạ dày

antibiotics thuốc kháng sinh
antique đồ cổ
antiseptic cream thuốc khử trùng
any bất kỳ
apartment căn hộ
apologize: I apologize xin lỗi: sin lơi-i
appendicitis viêm ruột thừa
appointment (to make an …) hẹn gặp
arm cánh tay
arrive, to đến
art gallery phòng trưng bày nghệ thuật
arthritis, to have bị viêm khớp
artificial sweetener đường nhân tạo
artist nghệ sĩ, họa sĩ
ashtray cái gạt tàn
ask (+for): I asked for yêu cầu: tôi yêu cầu
aspirin atpirin

asthma, to have bị hen suyễn
at (place) ơ tại
at (time) vào lúc
ATM/cash machine ATM/máy rút tiền tự động
attractive hấp dẫn
aunt dì
Australia Úc
Australian người Úc
automatic (car) tự động
awful oai nghiêm

B

baby trẻ em
~ **food** thức ăn trẻ em
~ **wipes** khăn trẻ em
~**-sitter** người trong trẻ
backpacking balô đeo vai
bag túi
baggage hành lý
~ **check** biên nhận hành lý
~ **reclaim** lấy lại hành lý
bakery hiệu bánh

ball quả bóng
band ban nhạc
bandage (n.) băng gạc ;
(v.) quấn băng
bank ngân hàng
bar quán rượu
barber thợ cắt tóc
basketball bóng rổ
bath bồn tắm
~**towel** khăn tắm
bathroom (toilet) nhà vệ sinh **(with bath)** nhà tắm
battery pin
be, to thì, là
beach bãi biển
beard râu
beautiful đẹp
because (of) bởi vì
bed cái giường
~ **and breakfast** phòng và bữa sáng
beer bia
before trước khi
begin, to bắt đầu
beige màu be

belt dây lưng

best tốt nhất

better tốt hôn

beyond repair (car) không thể sửa

bib yếm

bicycle xe đạp

~ hire thuê xe đạp

big lớn

bigger lớn hôn

bikini áo tắm hai mảnh

bill (check) hóa đôn

bin liner túi lót thùng rác

binoculars ống nhòm

bird con chim

birthday ngày sinh

biscuits bánh quy

bite (insect) cắn

black đen

film (camera) phim

blanket chăn

bleach (n.) chất tẩy trắng (v.) tẩy trắng

bleeding chảy máu

blinds người mù

blister thuốc làm giộp da

blocked, to be bị chắn

blood máu

~ pressure (high) huyết áp

blouse áo chồng

blue xanh duông

board, on lên tàu

boat tàu

~ trip chuyến du thuyền

boiled được nấu sôi

book sách

~store hiệu sách

book, to đặt

boring chán

botanical garden vườn bách thảo

bottle chaïï

~ of wine chai rượu

~-opener cái mở nắp chai

bottled (beer) đóng chai

boy con trai

boyfriend bạn trai

bra áo ngực

bracelet vòng tay

bread bánh mì

break, to vỡ
broken down vỡ ra
breakfast bữa sáng
breast vú
breathe, to thở ra
bridge cầu
briefs quần bó
Britain nước Anh
British người Anh
broken, to be (bone) bị gãy
bronchitis viêm phế quản
brooch trâm
brother (older) anh trai **(younger)** em trai
brown nâu
bruise vết thâm
bucket thùngâ
bureau de change Quầy đôœi tiền
burger thịt băm viên
burn vết bỏng
bus xe buýt
~ **route** tuyến xe buýt
~ **station** bến xe buýt
~ **stop** trạm xe buýt

business kinh doanh
~ **class** lớp kinh doanh
~ **trip** chuyến công tác
on ~ đang đi công tác
busy (occupied) bận rộn
butcher người hàng thịt
butter bơ
button nút
buy, to mua
bye! tạm biệt!

C

café quán cà phê
cake bánh
camera máy quay phim
camp, to cắm trại
campbed giường trại
campsite bãi cắm trại
can hộp
~**opener** cái mở hộp
Canada nước Canada
Canadian Người Canada
cancel, to huyû bỏ
cancer bệnh ung thư
candles những cây nến
candy kẹo
Cantonese tiếng Trung

Quốc

car (automobile) xe ôtô

~ **ferry** phà

~ **park** bãi đỗ xe ôtô

~ **rental [hire]** cho thuê ôtô

by ~ đi bằng ôtô

car (train compartment) toa tầu

carafe bình nước

caravan (trailer) nhà di động

careful: be careful! cẩn thận; cẩn thận đấy!

carry-cot lều mang theo

cash tiền mặt

~ **machine** máy tiền

cash, to đôœi tiền mălt

casino sòng bạc

Catholic thiên chúa giáo

cave hang động

CD đóa CD

~**-player** đầu chôi đóa CD

cemetery nghóa trang

center of town trung tâm thành phố

ceramics thuộc đồ gốm

change (coins) tiền lẻ

change, to thay đổi

changing facilities thiết bị thay thế

chapel nhà thờ nhỏ

charcoal than

cheap rẻ

cheaper rẻ hơn

check [BE chequebook] quyển séc

check in, to ghi tên

check-in desk bàn ghi tên

check out, to (hotel) trả phòng

cheers! chúc mừng!

cheese pho mát

chess (set) cờ

chest (body) ngực

chewing gum kẹo cao su

child đứa trẻ

~ **seat (in car)** ghế trẻ em

children trẻ em

~ **children's meals** thực đôn trẻ em

China Nước Trung Quốc
Chinese người Trung
  Kwòk
chocolate sôcôla
chopsticks duõa
Christmas giáng sinh
church nhà thờ
cigarette kiosk
  quầy bán thuốc lá
cigarettes, packet of
  bao thuốc lá
cigars xi-gà
clean sạch
cling film phim dính
clinic trạm xá
clock đồng hồ treo tường
close (near) gần
close, to đóng
clothing store [clothes
  shop] cửa hàng bán
  quần áo
cloudy, to be có mây
clubs (golf) câu lạc bộ
coast bờ biển
coat áo khốc chống
  ~hanger cái máng áo
cockroach con gián

code (area, dialling) mã
coffee cà phê
coin tiền xu
cold (adj.) lạnh
cold (flu) cúm
collect, to sưu tầm
color màu
comb cái lược
come back, to trở lại
company (business)
  công ty
computer máy vi tính
concert buổi hổ nhạc
concussion: he has
  ~ anh ấy bị chấn
  đônngj não bộ
conditioner (hair)
  dầu dưỡng tóc
condoms bao cao su
confirm, to đảm bảo
constipation chứng táo
  bón
consulate tham khảo
contact lens kính sát
  tròng
contact, to liên lạc
contagious, to be

lây lan
contain, to bao gồm
contraceptive
để tránh thụ thai
cook (chef) đầu bếp
cook, to nấu nướng
coolbox bình lạnh
copper đồng
copy (n.) bản sao
corkscrew cái vặn nút
chai
corner góc
cosmetics đồ trang điểm
cot (child's) nôi trẻ em
cotton bông
cotton wool len bông
cough (n.) cơn ho (v.) ho
country (nation) nước
course món ăn đưa
lần lượt
cramps chứng
creche nôi giữ trẻ
credit card thẻ tín dụng
crib (child's)
giường cũi cho trẻ em
cross, to (road)
vượt qua (đường)

crossroad giao lộ
crowded đông đúc
crown (dental) mũ
(răng)
cruise (n.) chuyến đi
crutches nạng chống
cup cốc
currency tiền tệ
~ exchange office
phòng đổi tiền
curtains rèm
customer service
dịch vụ khách hàng
customs hải quan
~ declaration
tờ khai hải quan
cut cắt **~ and blowdry**
và thổi khô
cutlery muỗng dùng ở
bàn ăn
cycle route đường đi xe
đạp
cystitis viêm bọng đái

D

daily hàng ngày
damaged, to be bị hỏng

damp làm ẩm
dance (n.) vuõ điệu
dangerous nguy hiểm
dark tối
daughter con gái
dawn bình minh
day ngày
~ **ticket** vé ngày
~ **trip** chuyến đi ban
ngày
dead (battery) hết pin
deaf, to be bị điếc
declare, to khai báo
deep sâu
degrees (temperature)
độ
delay sự chậm trễ
delicious ngon
deliver, to trao gửi
denim vải bông chéo
dental floss
dây chỉ sáp làm sạch
răng
dentist nha sỹ
dentures hàm răng giả
deodorant chất khủ mùi
depart, to (train, bus)

khởi hành
departure lounge
phòng khởi hành
deposit (security) đặt cọc
describe, to miêu tả
destination dích
details chi tiết
detergent bột giặt
develop, to (photos)
phát triển
diabetes bệnh
diabetic, to be
bị bệnh đái đường
diagnosis
chuẩn đốn
dialling (area) code
mã số điện thoại
diamond kim cuông
diapers vã lòt trẻ em
diarrhea ỉa chảy
dice hột xúc xắc
dictionary từ điển
diesel dầu
difficult khó
direct trực tiếp
directions các hướng
Directory Enquiries

mục danh bạ

dirty bẩn

disabled (n.) bị tàn tật

discount giảm giá

dishwashing liquid
nước rửa bát

dislocated, to be
làm trật khớp

disposable camera máy
ảnh chụp xong có thể
bỏ đi

dive, to lặn

diving equipment
dụng cụ lặn

divorced, to be ly dị

doctor bác sỹ

doll búp bê

dollar dôla

door cửa

double dôi

~ **bed** giường đôi

~ **room** phòng đôi

downtown
khu trung tâm

dozen một tá

dress váy

drink (n.) đồ uống

drink, to uống, một…

drinking water nước
uống

drive, to lái xe

driver tài xế

driver's license bằng
lái xe

**drowning: someone is
drowning** đuối: ai đó
đang vị đuối

drugstore quầy bán thuốc

drunk say

dry cleaner máy giặt khô

dubbed, to be gán tên

dummy (pacifier) hình
nộm

during trong suốt

dustbins thùng rác

duty: to pay duty thuế:
trả thuế

duvet chăn bông

E

e-mail thư điện tử

~ **address** địa chỉ …

ear tai

~ **drops** thuốc nhỏ tai

~ **ache** dau tai

early sớm

earlier sớm hơn

earrings khuyên tai

east phía đông

Easter lễ phục sinh

easy dễ

eat, to ăn

economy class hạng phổ thông

eggs trứng

electric: ~ **shaver** điện: máy cạo dâu bằng điện

electrical outlets [BE sockets] quầy bán đồ điện tử

elevator cầu thang máy

else: something else khác: thứ khác

embassy đại sứ quán

emerald ngọc lục bảo

emergency khẩn cấp

emergency (fire) exit lối thoát khẩn cấp

empty vắng

engaged, to be đính hôn

engine máy

England nước Anh

English người Anh

~**-speaking** nói tiếng Anh

enjoy, to hưởng thụ

enough đủ **that's** ~ thế là đủ rồi

ensuite bathroom nhà tắm

entertainment guide quyển hướng dẫn giải trí

entrance fee lệ phí vào cửa

entry visa lối vào hộ tịch

envelope phong bì

epileptic, to be bị động kinh

equipment (sports) dụng cụ

error lỗi sai

E.U. (European Union) Cộng đồng Châu Âu

evening: in the ~ tối: vào buổi tối

every: ~ **day** hàng ngày

~ **hour** hàng giờ

~ **week** hàng tuần

except không kể

excess baggage quá hành lý

exchange, to đổi

~ **rate** tyû giá hối đối

excursion chuyến đi

exit lối ra

expensive đắt

expiration [expiry] date ngày hết hạn

express diễn đạt

eye mắt

F

fabric vải

face bộ mặt

facial sự xoa bóp mặt

facilities những tiện nghi

factor (sun cream) nhân tố

fall (to) rụng lá

fall (season) mùa thu

family gia đình

famous nổi tiếng

fan cái quạt

far xa

~-**sighted** cách xa

fare tiền ve

farm trang trại

fast nhanh

~ **food** thức ăn chế biến saün

fat (adj.) mập **(n.)** mỡ, chất béo

father cha

faucet vòi

faulty: this is faulty hỏng

feed, to cho ăn

feeding bottle bầu sữa cho trẻ em bú

feel ill, to cảm thấy

female đàn bà

ferry phà

feverish, to feel phát sốt

fiancé(e) hôn phu

field đồng ruộng

fight đấu tranh

fill out, to điền vào

filling (dental) sự hàn răng

film phim ảnh

fine (penalty) (n.) tiền

phạt
fine (well) hay
finger ngón tay
fire: ~ alarm cháy: báo động cháy
~ department [brigade] sở cứu hỏa
~ escape thang thoát hiểm
~ extinguisher bình chữa cháy
first thứ nhất
~ class (ticket) vé hạng nhất
fish restaurant nhà hàng thủy hải sản
fish store [fishmonger] người bán cá
fit, to (of clothes) vừa hợp
fitting room đồ đạc trong nhà
fix, to sửa chữa
flashlight đèn nháy
flat (puncture) dát mỏng

flight chuyến bay
~ number số hiệu bay
flip-flops dép tôngù
floor tầng
florist người bán hoa
flu bệnh cúm
flush: the toilet won't flush dội nước: nhà vệ sinh không dội nước
fly (insect) con ruồi
foggy, to be có sương mù
follow, to theo
food thức ăn
~ poisoning ngộ độc thức ăn
foot bàn chân
~path lối đi bọ
football bóng đá
for đến
~ a day trong một ngày
~ a week trong một tuầãn
forecast (n.) sự dự báo trước
foreign currency ngoại hối

forget, to quên
fork cái nóa
form (n.) mẫu đơn
formal dress lễ phục
fortnight mười lăm ngày
fortunately mẫy mắn
four-wheel drive xe ô tô bốn bánh
fourth thứ bốn
fracture sự gãy
frame (glasses) khung kính
free rảnh rỗi
frequently thường xuyên
friend người bạn
from từ
front đằng trước
frying pan cái chảo
further thêm nữa

G

gallon galông
game (sports) cuộc thi đấu
game (toy) trị chôi
garbage bags túi rác

garden vườn
gas: I smell gas! khí ga: tôi ngửi thấy khí ga
~ bottle bình khí
gas station trạm xăng
gasoline dầu hỏa
gate (airport) cửa
gay club câu lạc bộ tình dục đồng tính
genuine thành thật
get, to (find) kiếm được
~ off khởi hành
~ to (reach) đến
gift quà tặng
girl con gái
girlfriend bạn gái
give, to cho
glass cái ly
glasses (optical) kính đeo mắt
glove bao tay
go: to ~ to đi: từ ~ đến
let's ~! hãy ~ nào!
~ away! đi nôi khác
where does this bus go? chuyến xe buýt này đi đâu vậy? choo-ín se

boo-yít này di doh vay

~ **back** về

~ **for a walk** đi bộ

gold (n.) vàng (adj.) bằng vàng

golf (n.) môn đánh gôn (v.) chôi gôn

~ **course** bãi chôi gôn

good ngon

~ **morning** xin chào

~ **afternoon** xin chào

~ **evening** xin chào

~ **night** chúc ngủ ngon

~ **value** giá vừa phải

good-bye tạm biệt

gram gam

grandparents ông bà

grapes chùm nho

gray có màu xám

great thật hay

green xanh lá cây

group nhóm n

guide người hướng dẫn

~ **book** sách hướng dẫn

guided tour chuyến du lịch có người hướng dẫn

guided walk/hike

chuyến du lịch đi bộ đường dài

guitar đàn ghita

H

hair tóc; lông lá

~ **mousse/gel** keo xịt tóc

~ **spray** bình xịt tóc

~ **cut** cắt tóc

~ **dresser (shop)** thợ cắt tóc

half, a một nửa

~ **board** tiền phòng khách sạn và một bữa chính

~ **past** quá trễ

hammer búa

hand bàn tay

~ **luggage** hành lý xách tay

~ **washable** đồ giặt được bằng tay

handbag túi xách tay

handicapped, to be đã bị tàn tật

handkerchief khăn tay

hanger giá treo

hangover vết tích

harbor bến tàu

hat cái mũ

have có, sôœ hưu ko

hayfever
 bệnh sốt mùa cỏ khổ

head cái đầu
 ~ache chứng nhức đầu

hear, to nghe

hearing aid máy trợ
 thính

heart tim
 ~ attack côn đau tim
 ~condition bệnh tim

heater bếp lị

heavy nặng

height chiều cao

hello xin chào

help: can you help me?
 giúp đỡ

hemorrhoids bệnh tró

her cô ấy

here ở đây ủ

hernia chứng sa ruột

hers cái của cô ấy

it's hers nó là cái của

 chị ấy

hi! xin chào!

high cao

highlight, to (hair)
 làm nổi bật

highway quốc lộ

hike (n.) cuộc đi bộ
 đường dài

hiking sự đi bộ đường
 dài
 ~ boots người khuân
 hành lý

hill đồi

hire, to thuê mướnâ

his của ông ấy

holiday: on ~ có ngày
 nghỉ
 ~ resort nôi nghỉ mát

home nhà

homosexual (adj.)
 đồng tính luyến ái

honeymoon tuần trăng
 mật

hopefully hy vọng

hospital bệnh viện

hotel khách sạn

hour một tiếng đồng hồ

house căn nha
housewife bà nội trơ
how? như thế nào?
how far…? xa bao
  nhiêu?
how long…?
  mất bao nhiêu thời
  gian?
how many …?
  hết bao nhiêu …?
how much? (money)
  hết bao nhiêu tiền?
how much? (quantity)
  số lượng bao nhiêu?
how often? bao lâu một
  lần?
how old? đã bao nhiêu
  tuổi?
hundred trăm
  ~ thousand hàng trăm
  nghìn
hungry: I'm hungry
  đói: tôi đói
hurry: I'm in a hurry
  vội vàng; tôi đang vội
hurts vết thương
to be hurt bị tổn thương

bi tổn
husband người chồng

I

ice nước đá
ice cream kem ăn
identification sự nhận
  dạng
ill ốm
illegal bất hợp lệ
imitation vật mô phỏng
immediately ngay lập
  tức
in vào lúc, trong lúc
included bao gồm cả
India nước Ân Ñộ
indigestion chứng khó
  tiêu
Indonesia nước In-đô-
  nê-xi-a
inexpensive không đắt
infected, to be
  đã bị nhiễm độc
infection sự nhiễm trùng
inflammation of
  chứng viêm phổi
information sự thông tin

~ **desk** bàn thông tin

~ **office** phòng thông tin

injection sự tiêm

injured, to be đã bị làm tổn thương

innocent ngây thơ

insect côn trùng

~ **bite** vết cắn côn trùng

~ **repellent** cái bẩy côn trùng

inside ở trong

insomnia chứng mất ngủ

instructions lời chỉ dẫn

instructor huấn luyện viên

insulin `isulin

insurance sự bảo hiểm

interesting thú vị

International Student Card thẻ học viên quốc tế

Internet internet

interpreter người phiên dịch

intersection chỗ giao nhau

invitation lời mời

invite, to mời

Ireland Ireland

Irish người Ai-len

is: is it? nó là…?

Italian (cuisine) món ăn Yơ

itch: it itches ngứa; làm cho ngứa

itemized bill hóa đơn chi tiết

J

jacket áo vét

Japan nước Nhật

Japanese (cuisine) người Nhật (person) món ăn Nhật

jazz nhạc jazz

jeans quần bị

jellyfish con sứa

jet lag mệt mỏi

jet-ski trượt tuyết

jeweler thợ kim hồn

journey cuộc hành trình

jumper người nhảy

K

kettle ấm đun nước
key chìa khóa xe
kiddie pool ahồ bôi dàn cho treœ em
kilogram kilôgram
kilometer kilômet
kind (pleasant) bản tính
kiss, to hôn
kitchen phòng bếp
knee đầu gối
knickers quần lót cheõn gối
knife con dao
know: I don't know hiểu biết: tôi không biết
Korea Hàn Quốc
Korean người Hàn Quốc
kosher phục vụ cho chế độ ăn kiêng

L

label nhaün hiệu
lace dây buộc
lake hồ
language course dòng ngôn ngữ
large lớn
last (final) cuối cùng
late muộn
later muộn quá
laugh, to cười
laundromat hiệu giặt tự động
laundry: ~ facilities hiệu giặt
~ service dịch vụ giặt đồ
lavatory phòng rửa mặt
lawyer luật sư
laxative thuốc nhuận tràng
leak, to rị ra
learn, to học
leather da thuộc
left: on the ~ trái: bên trái
left-luggage office nôi giữ đồ đạc bỏ quên
leg chân
legal: is it legal? hợp pháp
leggings xà cạp
lemon quả chanh

lemonade nước chanh

length (of) chiều dài

lens ống kính

lesbian club câu lạc bộ đồng dục nữ

less ít hơn

lesson bài học

letter chữ cái

~**box** hộp thư tín

lifeboat xuồng cứu hộ

lifeguard vệ sĩ

lifejacket áo phao cứu hộ

life preserver [belt] áo có dây đai cứu hộ

lift (elevator) thang máy

lift (hitchhiking) sự đi nhờ xe

light (color) ánh sang

(**electric**) bóng đèn

(**weight**) nhẹ hơn

~**bulb** bóng đèn tròn

lighter (opp. darker) sáng hơn

lighter (cigarette) bâìt queìt

like, to ưa thích

line (subway [metro]) đường

linen vải lanh

lip môi

~**stick** son môi

liqueur rượu mùi

liquor store hầm rượu

liter lít

little nhỏ

lobby hành lang

local (adj.) mang tính địa phương

(**n.**) dân cư địa phương

~ **anaesthetic** gây mê cục bộ

lock, to khóa

~ **oneself** out nhốt mình ở ngoài

log on, to vào sổ

long dài

long distance bus xe buýt đường dài

~ **-sighted** viễn thị

how long cách bao xa

to be looking: đang nhìn

~ **for** đang tìm kiếm

loose lỏng

lose, to mất
lost-and-found office
  phòng thu giữ đồ đạc
love: I love you yêu: tôi
  yêu em
lovely đáng yêu
low thấp
  ~-**fat** béo lùn
luggage hành lý
  ~ **cart [trolley]** xe đẩy
  hành ký
  ~ **locker** tủ để hành lý
lunch bữa trưa

M

machine washable
  máy rửa bát
madam bà
magazine tạp chí
magnificent tráng lệ
maid người đầy tớ gái
mail thư từ
make an appointment,
  to lên lịch gặp
make-up trang điểm
Malaysia Malaysia
male đàn ông

man đàn ông
manager người quản lý
manicure sự cắt sửa
  móng tay
manual (car)
  điều khiển bằng tay
map bản đồ
margarine bơ thực vật
market chợ
married, to be
  đã kết hôn
mascara thuốc bôi mi
  mắt
mask (diving)
  mặt nạ nguy trang
mass khối lượng
massage sự xoa bóp
match (sports)
  cuộc thi đấu
matches diêm
mattress nệm
maybe có the
me tôi
meal bữa ăn
measles bệnh sởi
measure, to đo lường
meat thịt

medication dược phẩm
medium trung bình
men (toilets)
  phòng vệ sinh nam
menu thực đơn
message thông điệp
metal kim loại
meter (in taxi) đồng hồ
  đo
metro xe điện ngầm
  ~ station ga xe điện
  ngầm
midday giữa ngày
midnight nửa đêm
migraine
  chứng đau nửa đầu
mileage tổng số dặm đã
  đi được
milk sữa
  with ~ với ~
million một triệu
mine của tôi
mineral water nước
  khoáng
mini-bar quầy rượu nhỏ
minute giây
mirror phản chiếu

missing, to be sự quên
  lãng
mistake mắc lỗi
modern hiện đại
moisturizer
  nhân viên thẩm mỹ viện
monastery tu viện
money tiền bạc
  ~ order hóa đơn thanh
  tốn tiền
month tháng
monthly hàng tháng
  (ticket) vé tháng
moped xe gắn máy
more thêm
mosque nhà thờ hồi giáo
mother mẹ
motion sickness sự đau
  ốm thường xuyên
motorbike xe môtô
  hạng nhẹ
motorboat xuồng máy
  sòorg máy
motorway đường cao
  tốc
mountain núi
  ~ bike xe đạp leo núi

moustache ria mép
mouth mồm
 ~ **ulcer** loét miệng
move, to chuyển động
movie phim
 ~ **theater** rạp chiếu
 phim
Mr. ông
Mrs. bà
much nhiều
mugged, to be bị bóp
 cổ
multiple journey (ticket)
 vé liên chặng
muscle bắp thịt
museum nhà bảo tàng
music âm nhạc
my của tôi

N

name tên
napkin khăn ăn
nappies tã lót
narrow hẹp
national thuôck quốc
 gia
nationality quốc tịch

nature reserve
 vật dự trữ tự nhiên
nausea nôn mửa
near gần
 ~-**sighted** cận thị
nearest gần nhất
nearby ở vị trí gần
necessary cần thiết
neck cổ
necklace
 vòng đeo cổ
nephew cháu trai
nerve thần kinh
never không bao giờ
 ~ **mind** không sao
new mới
New Year năm mới
New Zealand Niu Zilân
New Zealander
 người Niu Zilân
newspaper báo chí
newsstand
 [**newsagent**]
 quầy bán báo
next tiếp theo
nice dễ thương
niece cháu gái

night: at ~ đêm, ban đêm

~-club câu lạc bộ đêm

no không

no one không ai

noisy ồn ào, náo nhiệt

non-alcoholic không có rư

non-smoking không hútt thuốc

none không

noon trưa

normal bình thường

north phía bắc

nose muõi

note ghi chú

now bây giờ

nurse y tá

O

o'clock: it's…o'clock giờ: bây giờ là …

off licence mất bằng

off-peak ngổi cao điểm

office văn phòng

often thường xuyên

oil dầu

okay tốt

old (opp. new) cuõ **(opp. young)** già

on (day, date) vào

~ foot đi bộ

~ my own tự làm

~ the hour trong giờ

~ the left phía bên trái

~ the right phía bên phải

one: ~-way một: một chiều

~-way ticket vé một chiều

open mở

opening hours giờ mở cửa

opera nhạc kịch opera

operation cuộc phẫu thuật

opposite ngược

optician bác sỹ mắt

or hay

orange cam

order, to đằit món ăn

our(s) của chúng tôi

outdoor ngổi trời

outside bên ngoài
overdone (food)
 nhừ quá nòor kwá
overnight qua đêm kwa
 dem
owe, to nị nur

P

p.m. chiều
pacifier [BE dummy]
 núm vú giả
pack, to gói
package gói
pain: to be in ~ nỗi đau:
 đang bị đau
painter họa sỹ
painting bức tranh
pair of, a một đôi
palace cung điện
palpitations sự run rẩy
pants quần
pantyhose áo nịt
paper giấy
 ~ napkins giấy vệ sinh
paracetamol thuốc
 paracetamol
parcel gói gói

parents bố mẹ
park (n.) công viên
park, to đỗ xe
parking lot đỗ xe
parliament building tổ
 nhà quốc hội
partner bạn
parts bộ phận
party tiệc tùng
pass, to vượt qua
pass through, to đi qua
passport hộ chiếu
patient (n.) bệnh nhân
pay, to trả tiền
 ~ a fine trả phiếu phạt
pay phone trả điện
 thoại
payment sự chi trả
pearl ngọc trai
pedestrian: ~ crossing
 đi bộ
 ~ zone khu vực dành
 cho người đi bộ
pen bút
pencil bút chì
penknife bút dao
pepper tiêu

per: ~ **day** mỗi: mỗi ngày
~ **hour** mỗi giờ
~ **night** mỗi tối
~ **week** mỗi tuần
period (menstrual)
kỳ kinh nguyệt
~ **pains** đau kinh
petrol xăng
~ **station** trạm xăng
pharmacy nhà bán
thuốc
Philippines người
Philippin
phone: ~**card** điện thoại:
thẻ điện thoại
~ **call** cuộc điện thoại
phone, to gọi điện
photo: to take a ~ ảnh:
chụp ảnh
photocopier máy
photocopy
photographer thợ chụp
ảnh
pick up, to (collect) thu
picnic picnic
a piece một miến
pill thuốc

Pill: to be on the Pill
thuốc: đang dùng thuốc
tránh thai
pillow gối
~ **case** vỏ gối
pink màu hồng
pipe (smoking) tẩu
place nôi
plane máy bay
plans các kế hoạch
plant (n.) cây
plastic: ~ **bags** nhựa: túi
nhựa
~ **wrap** bao nhựa
plate đóa
platform đường ray
platinum bạch kim
play, to (music) chôi
nhạc
~**ground** sân chôi
pleasant dễ chịu
please xin vui lòng
plug ổ cắm
p.m. chiêu
pneumonia viêm phổi
point to, to dẫn đến
poison chất độc

police cảnh sát
  ~ **report** bản tường trình
  ~ **station** trạm cảnh sát
pop (music) nhạc trẻ
popcorn ngô bung
port cảng
possible: as soon as possible có thể: càng sớm càng tốt
post (mail) thư từ
  ~ **office** bưu điện
  ~ **box** hộp thư
  ~ **card** bưu thiếp
post, to gửi thư
pottery đồ gốm
pound (sterling) đồng bảng Anh
pregnant, to be có thai
prescription đơn thuốc
present (gift) quà
pretty đẹp
priest cha đạo
prison nhà tù
Protestant đạo tin lành
pub quán

puncture hỏng lốp xe
purple màu tím
purse ví, túi xách
push-chair ghế đẩy

Q

quality chất lượng
quantity số lượng
queue, to xếp hàng
quick nhanh
quickly một cách nhanh chóng
quiet yên lặng

R

race track [racecourse] đường đua
racket (tennis, squash) vợt
rain, to mưa
raincoat áo mưa
rape cây cải dâu
rare (steak) tái tái
  (unusual) hiếm
rash chứng ban đỏ
razor dao cạo
  ~**blades** lưỡi dao cạo

ready saün sàng
real thật
receipt hố đôn
reception (desk) bàn tiếp tân
recommend, to gợi ý cho
red đỏ
~ **wine** rượu vang đỏ
reduction (in price) giảm (giá)
refreshments thức ăn nhẹ
refrigerator tủ lạnh
refund trả lại
refuse bags những túi bị trả lại
region khu vực
registered mail thư đăng ký
registration form phiếu đăng ký
rent, to cho vay
repair, to sửa
repeat, to nhắc lại
replacement sự thay thế
~ **part** bộ phận thay thế

report, to báo cáo
reservation sự đặt trước
reserve, to đặt trước
rest, to nghỉ ngôi
restaurant nhà hàng
retired, to be về hưu
return quay trở lại
~ **ticket** vé khứ hồi
return, to (v.) quay về
reverse the charges, to đạp người nhuõng lời buôic tôìi
rice gạo
right (correct) đúng
~ **of way (on road)** phía đường bên phải
ring nhẫn nãn
rip-off (n.) sự lừa gạt
river sông
~ **cruise** đi thuyền trên sông
road đường
~ **map** bản đồ đường bộ
~ **closed** khố đường
robbed, to be bị cướp
rock music nhạc rock

romantic lãng mạn
room phòng
  ~ service dịch vụ
  phòng
rope dây thừng
round (adj.) tròn
round trip chuyến đi
  vòng quanh
  ~ ticket vé khứ hồi
route đường đi
rubbish rác
rucksack cái ba lô
ruins vết phá hỏng
rush hour giờ cao điểm
Russia Nước Nga

S

safe (lock-up) khố
safe (not dangerous) an
  tồn
safety sự an tồn
  ~ pins kim băng
salad sa-lát
sales bán hàng
  ~ tax thuế
salt muối
salty mặn

same giống
sand cát
sandals giầy xăng-đan
sandwich bánh mỳ
  sandwich
sandy có cát
sanitary napkins
  [towels] băng vệ sinh
Saturday thứ bảy
sauce nước chấm
  ~ pan nồi nấu
sausages xúc-xích
scarf khăn
school trường học
scissors kéo
scooter xe máy
Scotland nước Scôtlen
  néw-urk
Scottish người Scôtlen
sea biển
seasick: I feel ~ say
  sóng: tôi cảm giác say
  sóng
season ticket vé mùa
seat chỗ ngồi
see, to xem xét
self-service tự phục vụ

send, to gửi đi
senior citizen
   công dân cao tuổi
separated, to be bị tách
   biệt
separately một cách
   riêng biệt
service dịch vụ
set menu thực đơn cố
   định
sex (act) quan hệ tình
   dục
shade (color) màu nhạt
shallow nông
shampoo dầu gội đầu
share, to chia sẻ
shaving: ~ brush cạo
   râu: bàn chải cạo râu
   ~ cream kem cạo râu
she cô ấy
sheet (bedding) ga trải
   giường
shirt áo sômi
shock (electric) điện giật
shoe repair sửa giầy
   shửr-a jày
shoes giầy

shop cửa hàng
   ~ assistant nhân viên
   bán hàng
short ngắn
   ~-sighted cận thị
shorts quần sóc
shoulder vai
shower tắm vòi hoa sen
shut đóng
sick: I'm going to be sick
   ốm: tôi sắp bị ốm rồi
sightseeing: ~ tour
   cảnh quan; du lịch
   ngắm cảnh
sign (road sign)
   biển chỉ dẫn (đường)
   ~ post biển chỉ dẫn
silk lụa
silver bạc
Singapore Nước
   Singapore
single đơn
   ~ room phòng đơn
   ~ ticket vé một chiều
sink bồn rửa
sister chị gái
sit, to ngồi gòi

size cỡ kuir

skin da za

skirt váy ngắn

sleep, to ngủ

sleeping: ~ bag túi ngủ

  ~ car xe

  ~ pill thuốc ngủ

sleeve tay áo

slippers dép đi trong nhà

slow chậm cham

slow down! Hãy châm lại!

slowly một cách chậm rãi

smoke, to hút thuốc

snack bar quán ăn vặt

sneakers giày đế mềm

snorkel ống thông hôi

snow, to tuyết rôi

soap xà phòng

  ~ powder xà phòng bột

soccer bóng đá

socket lỗ

socks tất

soft drink đồ uống nhẹ

some một vài

son con trai

soon nhanh

  as ~ as possible càng nhanh càng tốt

sore: it's ~ đau

  ~ throat viêm họng

sorry! xin lỗi!

sour chua

south phía nam

South Africa Nam Phi

South African người Nam Phi

souvenir quà tặng lưu niệm

  ~ store quầy bán quà lưu niệm

spare (extra) dành

spectacles cảnh ấn tượng

spend, to tiêu

spicy cay

spoon thìa

sprained, to be bị bong gân

stain vết phai màu

stairs cầu thang

stamp tem

standby ticket vé đứng

start, to bắt đầu

statement (legal) tuyên bố

station ga

statue tượng

sting châm

stockings vớ dài

stolen, to be bị mất cắp

stomach dạ dày

~**ache** đau bụng

stop (bus/tram) bến dừng

stop (at), to dừng zòorg

store (n.) quầy hàng

stormy, to be trời bão

straight ahead tháung phía trước

strained muscle cơ bắp mệt mỏi

straw (drinking) ống hút

strawberry dâu tây

strong khỏe

student sinh viên

study, to học

subtitled, to be được phụ đề

subway tàu điện ngầm

~ **station** ga tàu điện ngầm

sugar đường

sun block ngăn nắng

sunbathe, to tắm nắng

sunburn cháy nắng

Sunday ngày chủ nhật

sunglasses kính râm

sunscreen màn hình lấy năng lượng mặt trời

sunstroke say nắng

supermarket siêu thị

suppositories giả thuyết

surfboard bảng trượt song

surname tên họ

sweater aơo chui đầu

sweatshirt aơo sômi chui đầu

sweet ngọt

sweets (candy) kẹo

swelling sưng tấy

swim, to bôi

swimming: ~ pool bể bôi

~ **trunks** quần bôi

swimsuit bộ áo bôi

swollen, to be bị sưng tấy

symptoms triệu chứng

synthetic tổng hợp

T

T-shirt áo sômi

table bàn

tablet viên

Taiwan đài loan

take, to layà

~ photographs, to chụp ảnh

talk, to nói chuyện

tall cao

tampons miếng gòn vệ sinh phụ nữ

tan rám nắng

tap vòi

taxi xe taxi

~ stand [rank] bãi đậu taxi

tea trà

teacher giáo viên

team đội

teaspoon thìa trà

teddy bear gấu bông Teddy

telephone điện thoại

~ directory sổ danh bạ điện thoại

~ number số điện thoại

temperature nhiệt độ

tent lều

tetanus bệnh uốn ván

Thailand Nước Thái lan

thank you cảm ôn

theft vụ mất trộm

their(s) của họ

then khi đó

there ở đó

~ is có

~ are có

thermometer máy đo nhiệt độ

these những cái này

they họ

thief tên ăn trộm

thigh đùi

thin cằm

third thứ ba
~ **party insurance**
bên thứ ba bảo hiểm
thirsty: I am thirsty
khát: tôi khát
this này
~ **one** cái này
those những cái kia
throat cổ họng
through qua
ticket vé
~ **office** quầy bán vé
tights [BE] tất quần
till receipt đến hóa
đơn
timetable thời gian
biểu
tire (car) lốp xe
tired: I'm tired mệt: tôi
mệt
tissues giấy lau
to (place) đến
tobacco thuốc lá
tobacconist buôn bán
thuốc lá
today hôm nay
toe ngón chân

toilet nhà vệ sinh
~ **paper** giấy vệ sinh
tomorrow ngày mai
tongue lưỡi
tonight đêm nay
tonsilitis viêm amidan
too cuõng
~ **much** quá nhiều
tooth răng
~**brush** bàn chải đánh
răng
~**ache** đau răng
~**paste** thuốc đánh
răng
torch cái đuốc
tough (food) dai
tour chuyến đi
~ **guide** hướng dẫn
viên du lịch
tourist khách du lịch
tow truck xe kéo
towards hướng tới
towel khăn tắm
town thành phố
toy đồ chôi dò chur-i
~ **store** quầy bán đồ
chôi kwày bán dò chur-i

traditional thuộc truyền thống
toork troo-ìn tóg
traffic giao thông
~ **jam** tắc đường
~ **violation [offence]** vi phạm giao thông
trail lối mòn
train tàu hoả
~ **station** sân ga
transfer chuyển
translate, to dịch
translator người dịch thuật
trash rác rák
~ **cans** thùng rác tòog rák
travel: ~ agency hãng du lịch
~ **sickness** ốm du lịch
traveler's check séc du lịch
trim gọn gàng
trousers quần kwàn
truck xe tải
try on, to thử
tunnel đường hầm

turn, to chuyển
~ **off** tắt đi
~ **up** bật to lên
TV ti-vi
tweezers nhíp
twin bed giường đôi
tyre lốp xe

U

ugly xấu
ulcer chỗ loét
umbrella cái ô
uncle bác
unconscious, to be vô thức
under dưới
~ **done** làm quá
~ **pants** quần lót
understand, to hiểu
United States Nước My
unleaded gas [petrol] xăng không chì
unlock, to yháo khố
unpleasant khó chịu
until cho đến khi
upset stomach buìng đảo

upstairs ở trên
urine nước tiểu
use, to sử dụng

V

V-neck cổ chữ V
vacant trống
vacation, on đi nghỉ
vaccinated against, to be
 được tiêm phòng chống
vaginal infection
 viêm âm đạo
valid có giá trị
validate, to phê chuẩn
valuable có giá trị
VAT thuế giá trị gia tăng
 (VAT)
 ~ receipt hóa dồn thuế
vegan, to be đang ăn
 chay
vegetables rau
vegetarian người ăn
 chay
 to be ~ đang ăn chay
vehicle registration
 document
 giấy tờ đăng ký xe

vein mạch máu
venereal disease
 bệnh hoa liễu
very rất
video: ~ game
 video: trị chôi điện tử
Vietnam Nước Việt nam
viewpoint điểm quan
 sát
village làng
visa hộ tịch
visit, to đi thăm
visiting hours giờ thăm
vitamin tablets
 viên thuốc bổ
volleyball bóng chuyền
vomit, to nôn mửa

W

wait(for), to đợi
wait! Xin hãy đợi!
waiter bồi bàn
waiting room phòng đợi
waitress bồi
wake-up call điện thoại
Wales xứ Wales
walk (n.) đi bộ di bo

walking route đường
đi bộ
wallet ví tiền
war memorial
tưởng niệm chiến
tranh
warm ấm
washing:
~ **machine** máy rửa bát
~ **powder** xà phòng rửa
dạng bột
washing-up liquid
nước rửa bát
wasp ong bị veõ
watch (n.) đồng hồ đeo
tay (v.) xem
water nước
~ **skis** ván trượt nước
waterfall thác nước
waterproof không thấm
nước
~ **jacket** aơo không
thấm nước
waxing sự đánh bóng
bằng sáp
we chúng tôi
wear, to mặc

weather thời tiết
~ **forecast** dự báo thời
tiết
wedding đám cưới
~ **ring** nhẫn cưới
week tuần
weekend: on [at] the
~ ngày nghỉ cuối tuần
well-done (meat) nấu kỹ
Welsh người xứ Wales
west phía tây
wetsuit bộ đồ lặn
what? mấy
wheelchair xe đẩy
when? khi nào?
where? ở đâu?
which? cái nào?
white màu trắng
wine rượu
who? ai?
why? tại sao?
wide rộng
wife vơ
wildlife đời sống hoang
dã
window (store) tủ trưng
bày mẫu

~ **seat** ghế cạnh cửa sổ
windscreen kính chắn
   gió
windy, to be có gió
wine rượu
   ~ **list** danh sách rượu
with với
without không bao gồm
witness người làm
   chứng
worse tồi tệ hôn
write down, to viết
   xuống
wrong (incorrect) sai

X

X-ray tia X-quang

Y

yacht thuyền
year năm
yellow màu vàng
yes vâng, đúng
yesterday ngày hôm qua
yogurt sữa chua
you bạn
young trẻ

your(s) của bạn
youth hostel cư xá
   thanh niên

Z

zebra crossing vồo dành
   cho người di bôi
zero số không
zip(per) khố

VIETNAMESE–ENGLISH

A

ahồ bôi dàn cho treœ em kiddie pool
ai? who?
ấm warm
ấm đun nước kettle
âm nhạc music
an tồn safe (not dangerous)
áo chồng blouse
áo khốc chồng coat
aơ mưa raincoat
áo ngực bra
áo nịt pantyhose
áo sômi T-shirt; shirt
áo tắm hai mảnh bikini
áo vét jacket
aơ chui đầu sweater
aơ sômi chui đầu sweatshirt
ATM ATM

B

bạc silver
bác uncle
bác sỹ doctor
bác sỹ mắt optician
bãi biển beach
bãi cắm trại campsite
bãi đậu taxi taxi stand [rank]
bãi đỗ xe ôtô carpark
bâìt queìt lighter (cigarette)
balô đeo vai backpacking
bạn you
bạn gái girlfriend
bạn trai boyfriend
bẩn dirty
bàn table
bàn chải đánh răng toothbrush
bản đồ đường bộ road map
bàn ghi tên check-in desk

bận rộn busy (occupied)

bản sao copy (n.)

bản tính
kind (pleasant)

băng gạc bandage

bảng trượt song
surfboard

băng vệ sinh sanitary
napkins [towels]

bánh cake

bánh mì bread

bánh quy biscuits

bao cao su condoms

báo động cháy
fire alarm

bao thuốc lá
packet of cigarettes

bầu sữa cho trẻ em bú
feeding bottle

bể bôi swimming pool

bệnh ung thư cancer

bến dừng stop (bus/tram)

bến tàu harbor

bên thứ ba bảo hiểm
third party insurance

bệnh hoa liễu
venereal disease

bệnh uốn ván tetanus

bệnh viện hospital

bị dị ứng allergic, to be

bị động kinh to be
epileptic

bị hen suyễn asthma, to
have

bị hỏng to be damaged

bị mất cắp to be stolen

bị sưng tấy to be
swollen

bị tàn tật disabled (n.)

bia beer

biển sea

biên nhận hành lý
check

bình chữa cháy
fire extinguisher

bình lạnh coolbox

bơ butter

bộ áo bôi swimsuit

bộ đồ lặn wetsuit

bộ mặt face

bố mẹ parents

bôi to swim

bồi waitress

bồi bàn waiter

bồn tắm bath
bông cotton
bóng chuyền volleyball
bóng đá soccer
bóng rổ basketball
bữa ăn meal
bữa sáng breakfast
bữa trưa lunch
buồng đảo upset stomach
buổi hồ nhạc concert
buôn bán thuốc lá tobacconist
bút pen
bút chì pencil
bưu điện post office

C

cà phê coffee
cách bao xa how long
cái đuốc torch
cái gạt tàn ashtray
cái giường bed
cái lược comb
cái mở hộp can opener
cái mở nắp chai bottle opener

cái nào? which?
cái nóa fork
cái ô umbrella
cái quạt fan
cái vặn nút chai corkscrew
cam orange
cảm ôn thank you
cắn bite (insect)
căn hộ apartment
cẩn thận careful; cẩn thận đấy! be careful!
cận thị short-sighted
càng nhanh càng tốt as soon as possible
cảnh ấn tượng spectacles
cảnh sát police
cánh tay arm
cát sand
cắt cut
cay spicy
cây cải dâu rape
cha father
cha đạo priest
chaiï bottle
chai rượu bottle of wine

châm sting

chậm slow

chăn blanket

chất khử mùi
deodorant

cháy fire

cháy nắng sunburn

chị gái sister

chìa khóa xe key

cho đến khi until

cho thuê ôtô
car rental [hire]

chỗ loét ulcer

chỗ ngồi seat

chua sour

chúc mừng! cheers!

chúc ngủ ngon
good night

chứng táo bón
constipation

chúng tôi we

chụp ảnh
to take photographs

chuyến đi tour, cruise

chuyến đi ban ngày
daytrip

cỡ size

cốc cup

cơ bắp mệt mỏi
strained muscle

có giá trị valuable

có gió windy, to be

cổ họng throat

có mây to be cloudy

có thai to be pregnant

con chim bird

con dao knife

con gái daughter, girl

con sứa jellyfish

con trai son, boy

côn ho (n.) cough

công dân cao tuổi
senior citizen

của bạn your(s)

cửa hàng shop

cửa hàng bán quần áo
clothing store [clothes
shop]

cuống also

cửa gate (airport)

cúm cold (flu)

cười to laugh

cư xá thanh niên youth
hostel

D

dai tough (food)
đài loan Taiwan
đại sứ quán embassy
đảm bảo to confirm
đám cưới wedding
đàn ông man; male
danh sách rượu winelist
dang ăn chay to be vegan
dao cạo razor
đắt expensive
dầu oil
đau bụng stomachache
dầu dưỡng tóc conditioner (hair)
dầu gội đầu shampoo
dầu hỏa gasoline
đau lưng backache
đau răng toothache
dâu tây strawberry
đấu tranh fight
dễ easy
để tránh thụ thai contraceptive
đêm nay tonight

đen black
đến to arrive
đến to (place)
đến hóa đơn till receipt
dép tôngù flip-flops
dì aunt
đi bằng ôtô by car
dịch to translate
dịch vụ service
dịch vụ khách hàng customer service
diêm matches
diễn đạt express
đi nghỉ on vacation
đi thăm to visit
địa chỉ (n.) address
điểm quan sát viewpoint
điện giật shock (electric)
điện thoại wake-up call; telephone
đính hôn to be engaged
độ degrees (temperature)
đồ chôi toy
đồ cổ antique
đồ trang điểm cosmetics

đóa CD CD
đôœi tiền măït to cash
đợi to wait (for)
đổi to exchange
dôla dollar
đồng hồ đeo tay watch (n.)
đồ uống drink (n.)
đồ uống cồn alcoholic (drink)
đồ uống nhẹ soft drink
đợi to wait (for)
đơn single
đồng copper
đóng shut
dông đúc crowded
đồng hồ báo thức alarm clock
động vật animal
dự báo thời tiết weather forecast
đứa trẻ child
đùi thigh
duõa chopsticks
đường đi bộ walking route
đường hầm tunnel

đường nhân tạo artificial sweetener
đường ray platform
được nấu sôi boiled
được tiêm phòng chống to be vaccinated against
đường sugar
đúng yes
dụng cụ lặn diving equipment
được phụ đề to be subtitled

G

ga station
ga tàu điện ngầm subway station
gần close (near)
gạo rice
gấu bông Teddy teddy bear
ghế cạnh cửa sổ window seat
ghế trẻ em child seat (in car)
ghi tên to check in

gia đình family
già old (opp. young)
giả thuyết suppositories
giảm giá discount
giáng sinh Christmas
giày đế mềm sneakers
giấy lau tissues
giấy vệ sinh toilet paper
giờ sang I am
giờ thăm visiting hours
giáo viên teacher
giầy shoes
giầy xăng-đan sandals
giờ mở cửa opening hours
giống same
giường cuối cho trẻ em crib (child's)
giường đôi twin bed
góc corner
gửi đi to send

H

hải quan customs
hang động cave
hạng phổ thông economy class

hãng du lịch travel agency
hành lý baggage
hàng ngày daily, every day
hàng tuần every week
hấp dẫn attractive
hay or
Hãy châm lại! slow down!
hẹn gặp appointment (to make an …)
hiểu to understand
hiệu bánh bakery
hiệu giặt tự động laundromat
hiểu biết: tôi không biết know: I don't know
hình nộm dummy (pacifier)
ho they
ho (v.) to cough
hố đôn receipt
hộ tịch visa
hóa đôn thuế VAT receipt
học to study
hôm nay today

hôn to kiss
hôn phu fiancé(e)
hỏng lốp xe puncture
hộp can
hướng tới towards
hút thuốc to smoke
huyû bỏ to cancel

I

ỉa chảy diarrhea
ỉsulin insulin
internet Internet
Ireland Ireland

K

kem ăn ice cream
kem cạo râu shaving cream
kẹo sweets (candy)
kẹo cao su chewing gum
kéo scissors
khách du lịch tourist
khai báo to declare
khăn scarf
khẩn cấp emergency
khăn tắm towel
khăn trẻ em babywipes

khát thirsty: I am thirsty **tôi khát**
khi nào? when?
kính đeo mắt glasses (optical)
khó difficult
khố zip(per)
khó chịu unpleasant
khoảng about (approximately)
khỏe strong
không bao gồm without
không hútt thuốc non-smoking
không kể except
khuyên tai earrings
kilôgram kilogram
kilômet kilometer
kinh doanh business
kính râm sunglasses
kính sát tròng contact lens

L

lá nhôm alumin(i)um foil
lấy lại hành lý baggage reclaim

lặn to dive
làm quá under done
làm việc cho work for
làng village
lạnh cold (adj.)
lây lan to be contagious
lệ phí vào cửa entrance fee
lễ phục sinh Easter
len bông cotton wool
lều tent
lỗ socket
lối mòn trail
lối ra exit
lối thốt khẩn cấp emergency (fire) exit
lối vào hộ tịch entry visa
lốp xe tyre
lụa silk
lưỡi tongue
lưỡi dao cạo razor blades
luôn luôn always

M

mạch máu vein
Malaysia Malaysia

mặn salty
màn hình lấy năng lượng mặt trời sunscreen
mắt eye
mất bằng off licence
màu color
màu hồng pink
màu vàng yellow
mấy what?
máy bay plane
máy ản chuìp xong có thể bỏ đi disposable camera
máy đo nhiệt độ thermometer
máy quay phim camera
máy rửa bát washing machine
máy tiền cash machine
mẹ mother
mệt tired: I'm tired **tôi mệt**
mệt mỏi jet lag
Mĩ American
miếng gòn vệ sinh phụ nữ tampons

mở open
một cách nhanh chóng quickly
một cách riêng biệt separately
một ít a little
một mình alone
một vài a few; some
mua to buy
muối salt

N

Nam Phi South Africa
năm year
nạng chống crutches
nâu brown
nấu kỹ well-done (meat)
này this: this one **cái này**
ngân hàng bank
ngày chủ nhật Sunday
ngày hết hạn expiration [expiry] date
nghóa trang cemetery
ngực chest (body)
nguy hiểm dangerous
ngày hôm qua yesterday
ngày mai tomorrow

ngày nghỉ cuối tuần on [at] the weekend
ngày sinh birthday
ngon delicious
ngọt sweet
nhà hàng thủy hải sản fish restaurant
nhà vệ sinh toilet
nhừ quá overdone (food)
ngắn short
ngăn nắng sun block
ngộ độc thức ăn food poisoning
ngược opposite
người Ai-len Irish
người ăn chay vegetarian
người Anh British, English
Người Canada Canadian
người chồng husband
người dịch thuật translator
người hàng thịt butcher
người làm chứng witness
người Nam Phi South African

người Scốtlen Scottish

người trong trẻ babysitter, childminder

người Úc Australian

nhà bảo tàng museum

nhà thờ church

nhà thờ hồi giáo mosque

nha sỹ dentist

nhà tù prison

nhạc kịch opera opera

nhẫn cưới wedding ring

nhân viên thẩm mỹ viện moisturizer

nhanh soon

nhiệt độ temperature

nhiều a lot

nhíp tweezers

những cái kia those

những cái này these

nhân tố factor (sun cream)

nói chuyện to talk

nôi giữ trẻ creche

nôi trẻ em cot (child's)

nôn mửa to vomit

nông shallow

núm vú giả pacifier [BE dummy]

nước water

nước Anh Britain, England

nước đá ice

Nước Mỹ United States

nước rửa bát washing-up liquid

Nước Scôtlen Scotland

Nước Singapore Singapore

Nước Thái lan Thailand

Nước Trung Quốc China

nước uống drinking water

Nước Việt nam Vietnam

O

ở đâu? where?

ở đó there

ơ tại at (place)

oai nghiêm awful

ốm: tôi sắp bị ốm rồi sick, ill: I'm going to be sick

ốm du lịch travel sickness

ống hút straw (drinking)
ống nối adapter
ống thông hôi snorkel

P

phà car ferry
phía đông east
phía nam south
phía tây west
phim dính cling film
pho mát cheese
phong bì envelope
phòng đợi
  waiting room
phòng đôi tiền
  currency exchange
  office
phòng đôi double room
phòng đơn single room
phòng khởi hành
  departure lounge
phòng rửa mặt lavatory
phòng trưng bày nghệ
  thuật art gallery
phục vụ cho chế độ ăn
  kiêng kosher
picnic picnic

pin battery

Q

qua through
quả bóng ball
quá hành lý excess
  baggage
quá nhiều too much
quà tặng lưu niệm
  souvenir
quán pub
quan hệ tình dục sex
  (act)
quần trousers
quán ăn vặt snack bar
quán cà phê café
quấn bang (v.) to
  bandage
quần bị jeans
quần bó briefs
quần bôi
  swimming trunks
quần lót underpants
quần lót cheỏn gối
  knickers
quán rượu bar
quần sóc shorts

quầy bán đồ chôi toy store

quầy bán đồ điện tử electrical outlets [BE sockets]

quầy bán thuốc lá cigarette kiosk

quầy bán vé ticket office

R

rác trash, rubbish [BE]

rám nắng tan

rất very

rau vegetables

rẻ cheap

rẻ hôn cheaper

rượu wine

rượu vang đỏ red wine

S

sách book

sạch clean

sai wrong (incorrect)

sa-lát salad

sân bay airport

sáng a.m.

sau khi cạo after-shave

saün sàng ready

say nắng sunstroke

say sóng: tôi cảm giác say sóng seasick: I feel seasick

séc du lịch traveler's check

siêu thị supermarket

sinh viên student

sôcôla chocolate

số không zero

sòng bạc casino

sự đánh bóng bằng sáp waxing

sự dự báo trước forecast (n.)

sử dụng to use

sự hàn răng filling (dental)

sự nhận dạng identification

sự quên lăng to be missing

sự xoa bóp massage

sữa milk

sữa chua yogurt
sữa dưỡng sau khi ra nắng after-sun lotion
sửa giầy shoe repair
sưng tấy swelling

T

tai ear
tái rare (steak)
tai nạn accident
tại sao? why?
tạm biệt! bye!
tắm vòi hoa sen shower
tất socks
tất cả all
tất quần tights [BE]
tàu boat
tàu điện ngầm subway
tàu hoả train
tem stamp
tên name
tên họ surname
thác nước waterfall
tham khảo consulate
thang thoát hiểm fire escape
thành phố town

tháng phía trước straight ahead
thay đổi alter, to
thẻ tín dụng credit card
thìa spoon
thìa trà teaspoon
thiên chúa giáo Catholic
thiết bị thay thế changing facilities
tiêu pepper
thịt băm viên burger
thợ cắt tóc barber
thời gian biểu timetable
thử to try on
thứ bảy Saturday
thư điện tử e-mail
thức ăn trẻ em baby food
thư hàng không airmail
thực đơn menu
thực đơn cố định set menu
thực đơn trẻ em children's meals
thuốc pill
thuộc đồ gốm ceramics

thuốc gây mê
anaesthetic

thuốc đánh răng
toothpaste

thuốc kháng sinh
antibiotics

thuốc khử trùng
antiseptic cream

thuốc ngủ sleeping pill

thuốc lá tobacco

thuốc làm giộp da
blister

thuốc paracetamol
paracetamol

thuộc truyền thống
traditional

thuyền yacht

ti-vi TV

tia X-quang X-ray

tiền lẻ change (coins)

tiền phạt
fine (penalty) (n.)

tiền xu coin

tiếng Trung Quốc
Cantonese

toa tầu car (train
compartment)

tờ khai hải quan
customs declaration

tối dark

tối tệ hơn worse

tốt okay

trà tea

trả lại refund

trả phòng
to check out (hotel)

trạm cảnh sát police
station

trạm xá clinic

trạm xăng gas station

trạm xe buýt bus stop

trẻ young

trẻ em baby, children

triệu chứng symptoms

trời bão to be stormy

trống vacant

trứng eggs

tự động automatic (car)

tự phục vụ self-service

tu viện monastery

tuần week

tuần trăng mật
honeymoon

túi bag

túi ngủ sleeping bag
túi rác garbage bags
tượng statue
tưởng niệm chiến tranh war memorial
tuyến xe buýt bus route
tyû giá hối đổi exchange rate

U

Úc Australia

V

và and
vã lòt trẻ em diapers
và thổi khô cut and blowdry
vào lúc at (time)
vai shoulder
vào sổ to log on
ván trượt nước waterskis
vắng empty
vâng, đúng yes
vật mô phỏng imitation
váy dress
váy ngắn skirt
vé ticket

vé đứng standby ticket
vé khứ hồi return ticket
vé một chiều single ticket; one-way ticket
vé ngày day ticket
vết phá hỏng ruins
vi phạm giao thông traffic violation [offence]
ví tiền wallet
viên tablet
viêm âm đạo vaginal infection
viêm amidan tonsilitis
viêm ruột thừa appendicitis
viên thuốc bổ vitamin tablets
viết xuống write down, to
vơ wife
vơ to break
vớ dài stockings
vô thức to be unconscious
với with
vội vàng hurry

vỗ dành cho người di bôì zebra crossing
vỡ ra broken down
vuõ điệu dance (n.)

X

xà phòng soap
xà phòng rửa dạng bột washing powder
xăng không chì unleaded gas [petrol]
xanh duông blue
xấu ugly
xe buýt bus
xe cứu thương ambulance
xe đạp bicycle
xe đẩy wheelchair
xe kéo tow truck
xe máy scooter
xe ôtô car (automobile)
xe taxi taxi
xi-gà cigars
xin chào hello
Xin hãy đợi! wait!
xin lỗi: sin loi-i apologize: I apologize; sorry

xứ Wales Wales
xúc-xích sausages
xuồng cứu hộ lifeboat

Y

y tá nurse
yên lặng quiet
yêu: tôi yêu em love: I love you